മായാമാളവഗൗള

mayamalavagoula
novelettes

•

k r mallika

•

first edition
january 2019

•

typesetting
sreebhadra, thiruvananthapuram

•

published
chintha publishers, thiruvananthapuram

•

cover
vinod

വിതരണം

ദേശാഭിമാനി ബുക്ക് ഹൗസ്

H O തിരുവനന്തപുരം-695 035
phone: 0471-2303026, 6063026
www.chinthapublishers.com
chinthapublishers@gmail.com

ബ്രാഞ്ചുകൾ

ഹെഡ്ഡാഫീസ് ബ്രാഞ്ച് കുന്നുകുഴി • സ്റ്റാച്യു തിരുവനന്തപുരം • കെ എസ് ആർ ടി സി ബസ് സ്റ്റേഷൻ ആലപ്പുഴ • കെ എസ് ആർ ടി സി ബസ് സ്റ്റേഷൻ എറണാകുളം • മച്ചിങ്ങൽ ലെയ്ൻ തൃശൂർ • ഐ ജി റോഡ് കോഴിക്കോട് • മാവൂർ റോഡ് കോഴിക്കോട് • എൻ ജി ഒ യൂണിയൻ ബിൽഡിങ് കണ്ണൂർ • സെൻട്രൽ ബസ് ടെർമിനൽ കോംപ്ലക്സ് താവക്കര കണ്ണൂർ

CO - 2730 / 4792
ISBN - 978-93-88485-03-6

മായാമാളവഗൗള

(നോവലെറ്റുകൾ)

കെ ആർ മല്ലിക

ചിന്ത പബ്ലിഷേഴ്സ്
തിരുവനന്തപുരം-695 035

കെ ആർ മല്ലിക

ജനനം കൊല്ലത്തെ തിരുമുല്ലവാരത്ത്.

അച്ഛൻ : എൻ കൃഷ്ണൻ. അമ്മ : രാജമ്മ.

കൊട്ടിയം സി എഫ് ഹൈസ്കൂൾ, കൊല്ലം ഫാത്തിമ മാതാ നാഷണൽ കോളേജ് എന്നിവിടങ്ങളിലായി വിദ്യാഭ്യാസം. സാമ്പത്തിക ശാസ്ത്രത്തിൽ ബിരുദാനന്തര ബിരുദം.

ഡിഗ്രി വിദ്യാർത്ഥിനിയായിരിക്കെ എസ് എഫ് ഐ നടത്തിയ ഇന്റർകൊളീജിയറ്റ് കഥാമത്സരത്തിൽ സമ്മാനം. പില്ക്കാലത്ത് *അമ്മ* എന്ന കഥയ്ക്ക് *ഗൃഹലക്ഷ്മി*യുടെ സമ്മാനം. ആദ്യ കഥാസമാഹാരം *നിറങ്ങൾക്കപ്പുറം* 2001 ലെ അബുദാബി ശക്തി അവാർഡ് നേടി.

നിറങ്ങൾക്കപ്പുറം, വളയം, ഡെഫ്കോബർത്ത, തെരഞ്ഞെടുത്ത കഥകൾ, 50 കഥകൾ (കഥാസമാഹാരങ്ങൾ), *സമാന്തരം, നാവ്* (നോവൽ). കാലം മറയ്ക്കാത്ത കഥകൾ (എഡി). *ദേശാഭിമാനി* ദിനപത്രത്തിൽ ജോലി ചെയ്തിരുന്നു. ഇപ്പോൾ *ചിന്ത പബ്ലിഷേഴ്സിൽ* പ്രൂഫ് റീഡർ. കേരള സാഹിത്യ അക്കാദമി അംഗമായിരുന്നു. പുരോഗമന കലാസാഹിത്യ സംഘത്തിന്റെ സംസ്ഥാന കമ്മിറ്റി അംഗം.

ഭർത്താവ് : കെ പി രവീന്ദ്രനാഥ്

മക്കൾ : നിമ ആർ നാഥ്, നിശാന്ത് നാഥ്

വിലാസം : രേവതി, റ്റി സി 55/1571-(1),
കരുമം റോഡ്, കൈമനം പി ഒ
തിരുവനന്തപുരം-695040

ഉള്ളടക്കം

അക്ഷരങ്ങളെ തൊട്ടുനില്ക്കുമ്പോൾ 9

അർദ്ധനാരീശ്വരം 10

മായാമാളവഗൗള 25

എള്ളും പൂവും 36

മംഗല്യസൂത്രം 49

മാറാട്ടം 65

പ്രസാധകക്കുറിപ്പ്

ആറ്റിക്കുറുക്കിയ കഥകളെഴുതി വായനക്കാരുടെ മനസ്സിൽ ഇരിപ്പിടം നേടിയ കെ ആർ മല്ലികയുടെ അഞ്ചു നോവലെറ്റുകളാണീ സമാഹാരത്തിൽ. നോവലെറ്റുകൾ പേരു സൂചിപ്പിക്കുംപോലെ ചെറുതാണെങ്കിലും വജ്രമായി രൂപാന്തരപ്പെട്ട കാർബൺ പോലെയത്രെ. ട്രാൻസ്ജന്ററുകളെ സമൂഹം തിരിച്ചറിയുകപോലും ചെയ്യാതിരുന്ന കാലത്ത് ഒരു ട്രാൻസ്ജന്ററിനെ മുഖ്യകഥാപാത്രമാക്കുകയാണ് 'അർദ്ധനാരീശ്വരം' എന്ന നോവലെറ്റിൽ. പ്രണയവും സംഗീതവും സ്ത്രീസ്വത്വ സംഘർഷങ്ങളും കൂടിക്കുഴയുന്ന ആഖ്യാനമാണ് 'മായാമാളവഗൗള'യുടേത്. നഗരജീവിതത്തിന്റെയും സാമ്പത്തിക അസമത്വത്തിന്റെയും പ്രക്ഷുബ്ധാവസ്ഥകളെ 'എള്ളും പൂവും', ദീർഘ സുമംഗലിയായിരിക്കാനായി അണിഞ്ഞ താലി നഷ്ടപ്പെട്ട സ്ത്രീയുടെ വേവലാതികളെ 'മംഗല്യസൂത്ര'വും പെൺ സൗഹൃദങ്ങൾക്കിടയിലെ സങ്കീർണ്ണാവസ്ഥകളെ 'മാറാട്ട'വും അവതരിപ്പിക്കുന്നു. അതിസങ്കീർണ്ണമായ ജീവിതാവസ്ഥകളെ ലളിതമെങ്കിലും ശക്തമായ ഭാഷയിൽ അവതരിപ്പിക്കുന്ന ഈ നോവലെറ്റുകൾ വായനയുടെ നവ്യാനുഭൂതികൾ നല്കുവാൻ പര്യാപ്തമാണ്. സംഗീത സമാനമായ ഉയർച്ചതാഴ്ചകളും സ്വരസ്ഥാനങ്ങളുമുള്ള ഈ ലഘു നോവലുകളിലേക്ക് വായനക്കാരെ ക്ഷണിക്കുന്നു.

ചിന്ത പബ്ലിഷേഴ്സ്

അക്ഷരങ്ങളെ തൊട്ടുനില്ക്കുമ്പോൾ

എന്റെ നോവലെറ്റുകളുടെ ഒരു സമാഹാരമാണ് *മായാമാളവഗൗള*. നോവലെറ്റുകൾ ചേർന്നിട്ടും ഇതൊരു വലിയ പുസ്തകമായി മാറിയില്ല. അത് എന്റെ രചനാപരമായ സവിശേഷത കൊണ്ടാണ്. എന്റെ കഥകളിലൂടെ കടന്നു പോയിട്ടുള്ളവർക്ക് അതറിയാനും കഴിയും. ഒരുപക്ഷേ, ഇപ്പോഴാണ് ഞാനിവ എഴുതിയതെങ്കിൽ ഇത്രയും സംഘർഷഭരിതമാവുമായിരുന്നോ എന്ന് സംശയമുണ്ട്. മാത്രമല്ല, കൂടുതൽ സമഗ്രമാകാനും മതി.

മായാമാളവഗൗള എന്ന നോവലെറ്റ് വൈകാരികമായി എഴുതപ്പെട്ടതു കൊണ്ടാവാം അടുത്ത സുഹൃത്തുക്കൾ ഈ സമാഹാരത്തിന് ആ പേരാണ് നിർദ്ദേശിച്ചത്. അതിനേക്കാൾ ശ്രദ്ധിക്കപ്പെട്ടത് 'അർദ്ധനാരീശ്വരം' ആണെന്നാണ് എനിക്ക് തോന്നുന്നത്. 'മംഗല്യസൂത്രം' എന്ന നോവലെറ്റ് സൂര്യാ ടി വി ടെലിഫിലിമാക്കിയതാണ്. രണ്ടുതവണയായി അത് സംപ്രേക്ഷണം ചെയ്തു. അതിന്റെ പേരിൽ അന്ന് ജ്വലിച്ചുനിന്ന ടി വി താരവും സംവിധായകനുമായ മധുമോഹനുമായി തെറ്റിപ്പിരിയേണ്ടിയും വന്നു.

ഇതൊക്കെ പറയുമ്പോഴും എഴുത്തിന്റെ കാര്യത്തിൽ കൈവിറയൽ മാറിയിട്ടില്ലാത്ത ഒരാളാണ് ഞാനെന്ന് പറയേണ്ടിയിരിക്കുന്നു. 'എഴുത്തുകാരി' എന്നവകാശപ്പെടാൻ എനിക്കാവാത്തതിന് അതാണ് പ്രധാന കാരണം.

എന്റെ പുസ്തകങ്ങൾക്ക് അനുവാചകരുടെ ഭാഗത്തു നിന്നുണ്ടാവുന്ന പ്രോത്സാഹനജനകമായ സമീപനങ്ങൾ ഞാനുൾക്കൊള്ളുന്നു. അതെന്റെ ഉത്തരവാദിത്വം കൂട്ടുന്നുണ്ടെന്നുമറിയാം. ഈ പുസ്തകത്തിനും നിങ്ങളുടെ അകമഴിഞ്ഞ സഹായ സഹകരണങ്ങൾ ഉണ്ടാവുമെന്ന് പ്രതീക്ഷിച്ചുകൊണ്ട്.

കെ ആർ മല്ലിക

അർദ്ധനാരീശ്വരം

ഒന്ന്

സരള അന്നും ഹനുമാൻസേവ നെഞ്ചത്ത് കമിഴ്ത്തിയാണ് ഉച്ചയ്ക്ക് ഉറങ്ങാൻ കിടന്നത്. വളരെ ചെറുപ്പത്തിലേ തുടങ്ങിയ ഒരു ശീലം. കുട്ടിയായിരിക്കുമ്പോൾ സരള തീരെ ആരോഗ്യം കുറഞ്ഞ കുട്ടിയായിരുന്നു. 'പക്കിക്കുറ്റം പിടിച്ച കൊച്ച്' എന്നായിരുന്നു ആളുകൾ സരളയെപ്പറ്റി പറഞ്ഞിരുന്നത്. തന്റെ കായികമായ ബലഹീനതയിൽനിന്നാണ് കായികമായ ശക്തിയിൽ സരളയ്ക്ക് ഹരം ആരംഭിച്ചത്. അവൾ കണ്ടതിലും കേട്ടതിലും വെച്ച് ഏറ്റവും ബലവാൻ ഹനുമാനായിരുന്നു. വിവാഹത്തലേന്നുപോലും അമ്മയുടെയും നാട്ടുകാരുടെയും കണ്ണുവെട്ടിച്ച് അവൾ കുന്നിൻ മുകളിലെ ഹനുമാൻ കോവിലിൽ പോയി. ഭ്രാന്തമായി നിലവിളിച്ചുകൊണ്ട് അന്നവൾ ഹനുമാന്റെ പ്രസാദമായ കുങ്കുമം തലവഴി വാരിവിതറി.

അവളുടെ ഭർത്താവിന് അവളുടെ കായികക്ഷമതയെപ്പറ്റി പരാതിയൊന്നുമില്ല. മറിച്ച് പാരമ്പര്യം, വേരുകൾ തുടങ്ങിയ കളരിവാക്കുകൾ ഉപയോഗിച്ച് സരളയുടെ കുടുംബത്തിന്റെ മഹിമ വർദ്ധിതവീര്യത്തോടെ അയാൾ കൂട്ടുകാരോടും നാട്ടുകാരോടും പറയുകയായിരുന്നു പതിവ്.

അന്നും പതിവുപോലെ സരളയുടെ ഉച്ചയുറക്കത്തിൽ പൊളിഞ്ഞ പാലവും പരന്നകലുന്ന വയലും കൂളിത്തെയ്യവും ചെണ്ടമേളവും ഊരാളിപ്പിള്ളേരുടെ പേച്ചും കുങ്കുമവും കുല നിറഞ്ഞു തിങ്ങിയ കിളിച്ചുണ്ടൻ മാങ്ങയും നിരപ്പിനെത്തുന്ന താറാവിൻകൂട്ടവും ആവർത്തിച്ചു. താറാവിൻ കൂട്ടങ്ങളെ തെളിച്ചുവരുന്ന പുരുഷന്റെ മുഖംപോലും കാണിക്കാതെ അവസാനിച്ച് അന്നും സ്വപ്നം അവളുടെ ചാരിത്ര്യം സംരക്ഷിച്ചു, വിളിച്ചുണർത്തി. ഇനി, ഇറയത്തെ തൂണു പിടിച്ചുനിന്ന് മുറ്റത്തെ വെയിൽ തെല്ലു നേരം കണ്ടതിനുശേഷം സരളയ്ക്ക് കട്ടൻകാപ്പിയുണ്ടാക്കണം. പിന്നെ, പരന്നുകിടക്കുന്ന മരങ്ങൾ നോക്കി തണലിൽ അല്പനേരം അലയണം.

ഭർത്താവ് രാജേന്ദ്രൻ താലൂക്കാപ്പീസിൽനിന്ന് എത്താറാവുമ്പോഴേക്കും കുളിക്കാൻ കയറി, വാതിലിൽ തട്ടു കേൾക്കുന്നോ എന്ന വേവലാതിയോടെ കുളിച്ചു തീർക്കണം.

ഇന്ന് സരള ഇറയത്തെ തൂണും പിടിച്ചുനില്ക്കുമ്പോൾ ആകാശത്ത് അപ്രതീക്ഷിതമായി മഴക്കാറ് കണ്ടു. മകരം കുംഭത്തിന്റെ ചൂടിൽ അവളപ്പോഴും വേവുന്നുണ്ടായിരുന്നു. വിയർപ്പിൽ നനഞ്ഞു കുതിർന്ന സ്വപ്നശകലങ്ങൾ എവിടെയൊക്കെയോ ബാക്കിനിന്ന് തികട്ടി. എന്നിട്ടും സരള തിടുക്കത്തിൽ മുറ്റത്തിറങ്ങി വേലിക്കലും മുരുക്കിലും ഇട്ടിരുന്ന തുണികളെല്ലാം വേഗം വേഗം പെറുക്കിയെടുത്തു. സാധാരണനിലയിൽ മുരുക്കില പൊട്ടിച്ച് അവൾ ബാല്യകാലത്തെന്നപോലെ കുമിളകൾ ഊതിവിടേണ്ടതായിരുന്നു. ഇന്നതിനുള്ള സാവകാശമില്ലല്ലോ. തൊട്ടടുത്ത പാവൽപ്പന്തൽ അപ്പോൾ വല്ലാതെ ആടിയുലഞ്ഞു ബഹളംവെച്ചു. തൊട്ടടുത്ത തെങ്ങിൽ, ലോണെടുത്ത് വാങ്ങിച്ച പൗലോസിന്റെ സിന്ധിപ്പശു കാതുകൾ കൂർപ്പിച്ചു നില്ക്കുന്നുണ്ടായിരുന്നു. പന്തലിനുള്ളിൽ പൗലോസിനൊപ്പം ഇനിയിപ്പോൾ ആരെന്ന് തെരയേണ്ട ബാദ്ധ്യത സരളയ്ക്കില്ലാതായി. പന്തലിന്റെ വാതില്ക്കൽ ചെന്നുനിന്ന് സരള ഉച്ചത്തിൽ എടീ അന്നേ എന്നൊരു വിളി വിളിച്ചു. ഒരുവളുടെ ചാരിത്ര്യത്തിൽ കത്തിവെക്കുക ഏതൊരുവളുടെയും ഹരമാണല്ലോ. ആ ഹരം, പക്ഷേ, ഇക്കുറി സരളയ്ക്ക് കിട്ടിയില്ല. കാരണം, അവളുടെ ശബ്ദത്തിന് വല്ലാത്തൊരു കരകരപ്പ്. പുരുഷശബ്ദംപോലെ. നീരിറങ്ങാതിരിക്കാൻ ദിവസം നാലുനേരം ആഹാരത്തിനൊപ്പം രാസ്നാദി ചൂർണ്ണവും സരള നെറുകയിൽ പൊത്താറുണ്ട്. തൊണ്ട ഒന്നുകൂടി മയപ്പെടുത്തി സരള ഒന്നുകൂടി ശബ്ദമൊന്ന് പരീക്ഷിച്ചു. ഇക്കുറി അത് ലക്ഷണമൊത്ത തനി പുരുഷശബ്ദം!

വാതില്ക്കൽ പുരുഷശബ്ദം കേട്ട അന്നയും പൗലോസും മറുവഴി ചാടി ഓടി. ഇടിവെട്ടി മഴയും പെയ്യാനാരംഭിച്ചു. ചാരിത്ര്യവതിയായ സരളയ്ക്ക് എന്താണ് സംഭവിച്ചത്?

രണ്ട്

വിവാഹിതയായതിനുശേഷവും സരളയ്ക്ക് കുന്നുകൾ കാണുക, കുന്നുകളിലെ മരങ്ങൾ കാണുക, കരിയിലകൾ ചവിട്ടി നടക്കുക. മരങ്ങൾക്കിടയിൽ ഏകാന്തവും ഗൂഢവുമായ ഒരു ചെറു നടപ്പാത കണ്ടെത്തുക, പാതയവസാനിക്കുന്നിടത്ത് നിശ്ശബ്ദമായൊരു ഹനുമാൻ കോവിൽ കണ്ടെത്തുക, ഉന്മാദത്തിന്റെ ഒരാവേഗത്തിൽ ചങ്ങലകൾ പൊട്ടിച്ചോടി ഹനുമാൻ പ്രതിമയിൽ കെട്ടിപ്പിടിച്ച് തന്നെ തുറന്നുവിടുക തുടങ്ങിയ കല്പനകളൊക്കെ വിടാതെ പിടികൂടിയിരുന്നു.

സരളയുടെ അമ്മയുടെ ഇഷ്ടദൈവം വിഘ്നേശ്വരനായിരുന്നു. എന്തും വിഘ്നം കൂടാതെ നടക്കാൻ വിഘ്നേശ്വരന്റെ അനുഗ്രഹം വേണമെന്നായിരുന്നു അമ്മ പറയാറ്. പക്ഷേ, വിഘ്നേശ്വരന്റെ ഞൊറിവീണ ശരീരവും സ്ത്രൈണമായ രൂപഭാവങ്ങളും നാലു കൈകളും തുമ്പിക്കൈയും സരളയ്ക്ക് ഇഷ്ടമായില്ല. വീട് നിറയെ വിഘ്നേശ്വര പ്രതിമകളായിരുന്നു. ചെറുതും വലുതും ചുവപ്പും കറുപ്പും വെളുപ്പുമായ നൂറ്റൊന്നോളം വിഘ്നേശ്വര പ്രതിമകൾ. അതിഥികളും സുഹൃത്തുക്കളുമെല്ലാം അമ്മയ്ക്ക് സമ്മാനിച്ചത് വിഘ്നേശ്വരനെ.

ഇപ്പോഴിപ്പോൾ നീയും വിഘ്നേശ്വരനെപ്പോലെയാവുന്നുണ്ട്. ഒരു തുമ്പിക്കൈയുടെ കുറവേയുള്ളൂ എന്ന് അച്ഛൻ അമ്മയെ പരിഹസിക്കുക പതിവായി. അക്കാലത്ത് അമ്മയുടെ വിഘ്നേശ്വരൻ ഒരു കൈയിൽ ഉണ്ണിയപ്പവും മറുകൈയിൽ നെയ്യും പിന്നെ ശംഖുമൊക്കെയായി ഒരു പരസ്യചിത്രത്തിലും പ്രത്യക്ഷപ്പെട്ടു. കുംഭമേളയ്ക്കെത്തിയ സന്ന്യാസിമാരുടെ തീക്ഷ്ണമായ കണ്ണുകളുടെ ജ്വാല ഏത് പുരാതനമായ ഹൈന്ദവ ചിഹ്നമാണെന്ന് ഓർത്തെടുക്കുന്നതിനിടയിലാണ് ശുദ്ധമായ നെയ്യുടെ പരസ്യത്തിൽ ഇടതുവശത്തായി വിഘ്നേശ്വരന്റെ പോസ് കണ്ടത്. ആ ചിത്ര

ത്തിന്റെ കട്ടിങ്ങുമായി അവൾ വിഘ്നേശ്വരനെ കാണാൻ ആ വേനലുച്ചയ്ക്ക് കുന്നുകൾ കയറിപ്പോയി. അവൾ ചിരിച്ചു ചിരിച്ച് വേനൽപോലെ ചുവന്നിരുന്നു. അയാളപ്പോൾ കപ്പത്തണ്ടുകൊണ്ട് പൂട്ടിയ ഒരു ചെറുകാള വണ്ടി തിടമ്പിൽ ഓടിച്ചു രസിക്കുകയായിരുന്നു. രാവിലെ ചുറ്റിയ പട്ടിന്റെ അവിടവിടെ വിശുദ്ധമായ വിയർപ്പ് പൊടിഞ്ഞു നനഞ്ഞിരുന്നു. അവൾ ചിത്രം ഉയർത്തിക്കാട്ടിയപ്പോൾ അയാൾ ലജ്ജകൊണ്ട് മെല്ലെ ചിരിച്ചു.

ദൈവങ്ങൾക്ക് ഭാഷയില്ല. അതുകൊണ്ടവർക്ക് മറ്റുള്ളവരുടെ അനുഷ്ഠാനങ്ങൾക്കൊപ്പം മുങ്ങുകയും പൊങ്ങുകയും പൂ ചൂടുകയും വേണ്ടി വരും.

അമ്മയുടെ ഹീറോയാണ് നിങ്ങൾ. അവൾ പറഞ്ഞു. ഇത് കണ്ടാൽ അമ്മയ്ക്ക് വേദനയുണ്ടാവും.

അയാൾ പെട്ടെന്ന് നിശ്ശബ്ദനായി. അപ്പോൾ മറ്റാരോ ദർശനത്തിനായി കടന്നുവന്നതിനാൽ അവൾക്ക് വിഘ്നേശ്വരന്റെ പ്രത്യക്ഷഭാവം നഷ്ടപ്പെട്ടു. മറിച്ച്, അയാൾ വടക്കേടത്തുകാരുടെ നിറയെ കായ്ച്ച ഒളോർമാവും നോക്കി നിശ്ചലമായി ഒരിരുപ്പ് തുടർന്നു. കടന്നുവന്നയാൾ സരളയെ കുറ്റപ്പെടുത്തുകയും ചെയ്തു.

"പെൺകുട്ടികള് ഈശ്വരന്മാര്ടെ നേരെ നിക്ക്വോ? മാറിനിക്ക്. മാറി നിക്ക്."

അവളത് കൂസാതെ പടികൾ ഓടിയിറങ്ങി. അവളുടെ തന്റേടം വിഘ്നേശ്വരനിൽ മന്ദഹാസമുണർത്തി. പക്ഷേ, വിഘ്നേശ്വരന് ഒരു വെല്ലുവിളി ഉയർത്തിക്കൊണ്ട് സരള ഹനുമാനെ രണ്ടു കൈയും നീട്ടി സ്വീകരിച്ചു. അങ്ങനെ അവൾ അവളുടേതായ ദൈവത്തെ കണ്ടെത്തി.

അത് പതിനാറാം വയസ്സിലായിരുന്നു. ഇരുപത്തിനാലാം വയസ്സിൽ സരള വിവാഹിതയായപ്പോഴാണ് അവളുടെ നിശ്ശബ്ദതകളുടെ അർത്ഥങ്ങളും യൗവനത്തിന്റെ വേനലുച്ചകളും തന്നിൽക്കിടന്നിളകിയ കടലിന്റെ പര്യായങ്ങളും എല്ലാമെല്ലാം ഹനുമാനായിരുന്നു എന്നവൾ മനസ്സിലാക്കിയത്. ഓർമ്മകളുടെ, പകപോക്കലിന്റെ ഒക്കെ ഒരുപാട് പീഡകളുമായി ദേശം വിടുമ്പോൾ സത്യത്തിൽ അവൾ കറുപ്പും വെളുപ്പുമായി രൂപാന്തരപ്പെട്ടിരുന്നു. വിഘ്നേശ്വരനെപ്പോലെ പല ഭാവത്തിലുള്ള കൈകൾ തന്നിൽ മുളച്ചിരുന്നതായി സരള ഓർക്കുന്നു.

മൂന്ന്

രാജേന്ദ്രൻ എന്തുകൊണ്ടോ പ്രതിസന്ധി ഘട്ടങ്ങളിലെല്ലാം സരള യുടെ ഗ്രാമത്തെക്കുറിച്ചാണ് ഓർക്കാറ്. ഒരു മന്ത്രവാദകഥയുടെ പുറം ചട്ടപോലായിരുന്നു അത്. തീരെ നിറം കുറഞ്ഞ്, പൗരാണികമായ ചില ശബ്ദങ്ങൾ ക്രമീകരിച്ച്, ഒരുപാട് പ്ലാശിലകളുടെ കരിയിലകൾ കാറ്റത്ത് നിലവിളിക്കുന്ന ഒരു പഞ്ചായത്ത് റോഡായിരുന്നു സരളയുടെ ഗ്രാമത്തി ലേക്കുള്ള വാതിൽ. അവിടവിടെ കമ്പികൾപോയ ഒരു പാലം. വന്യമായ മരങ്ങൾ, മടങ്ങിപ്പോരുമ്പോൾ 'നന്ദി, വീണ്ടും വരിക' എന്ന് എഴുതിക്കാ ണിച്ച ബോർഡിന് മങ്ങാത്ത ചില ഓർമ്മകളുടെ നിറമായിരുന്നു. വേട്ട യുടെ നിറം.

അസ്വസ്ഥതയിൽനിന്ന് രക്ഷപ്പെടാൻ രാജേന്ദ്രൻ ചാരുകസേര തെക്കു കിഴക്കേ അതിരിലേക്ക് തിരിച്ചിട്ടു. ഇടതൂർന്ന മരങ്ങളായിരുന്നു എല്ലായിടത്തും. ഇടയ്ക്കിടെ അയാൾ, പച്ചയാം വിരിപ്പിട്ട സഹ്യനിൽ തല വെച്ചും, സഹ്യാദ്രിമണൽത്തിട്ടാം പാദോപദാനം പൂണ്ടും എന്നും, തൂമ തൂകുന്നു തൂമരങ്ങൾ എന്നും ചൊല്ലി നോക്കി. വിടാതെ പിടികൂടിയിരി ക്കയല്ലേ? സരള ഉണ്ടാക്കുന്നതൊന്നും കഴിക്കാതെ അയാൾ പരിക്ഷീണ നായിരുന്നു. ഇടയ്ക്കിടെ ഒരു പാള വെള്ളം മുക്കി തലയിലും പാദത്തിലും തളിച്ചു. കുംഭം മീനത്തിന്റെ ഉന്മാദം. സ്ത്രീ സ്ത്രീയായിരിക്കണ്ടേ? മുറ്റൻ മുടി. സ്ത്രീ ശബ്ദം. ഇതൊന്നുമില്ലെങ്കീ ചങ്ങാതീ എനിക്കെന്താ ഒരു തടിമാടൻ ആണിനെ കല്യാണം കഴിച്ചുകൂടെ? അതും പാചകവിദഗ്ദ്ധൻ! ഞാൻ സ്വവർഗ്ഗപ്രേമിയല്ല. ഒരു സാധാരണ മനുഷ്യൻ.

രാജേന്ദ്രൻ മദ്ധ്യസ്ഥരെയെല്ലാം തുരത്തി. നാട്ടിൽനിന്ന് സരളയുടെ അച്ഛൻ വന്നു, അമ്മ വന്നു, പഞ്ചായത്ത് പ്രസിഡന്റ് വന്നു. രാജേന്ദ്രൻ അനങ്ങിയില്ല. രാജേന്ദ്രാ ശബ്ദം ഇത്ര വല്യ ഒരു കാര്യാണോ? അവളെ

നിനക്കെങ്ങനെ ഉപേക്ഷിക്കാൻ കഴിഞ്ഞുവെന്ന് സരളയുടെ അമ്മ നെഞ്ചു പൊട്ടി ചോദിച്ചു. രാജേന്ദ്രൻ മിണ്ടിയില്ല.

സരള അന്നയുടെ കൂടെ കവലയിലെ ഡോക്ടറെ കണ്ടു. തൊണ്ട സ്കാൻ ചെയ്തു. അവൾക്കൊരു പ്രശ്നവുമില്ലെന്ന് ഡോക്ടർ പറഞ്ഞു. ചാരിത്ര്യവതിയായ സരളയ്ക്കെന്താണ് സംഭവിച്ചത്? ഹനുമാൻസേവ യാണോ അവളെ കുടുക്കിയത്?

“അവൻ നിന്നിൽ കുടിയേറിയോടീ?”

അമ്മ അമർത്തിച്ചീറി.

അമ്മയെ രൂക്ഷമായൊരു നോട്ടത്തിൽ തളച്ച് സരള മുറിയിൽക്കയറി കതകടച്ചു.

സരളയും രാജേന്ദ്രന്റെ ഗ്രാമത്തെക്കുറിച്ചാണ് ചിന്തിച്ചത്. ആഴത്തിൽ സ്നേഹമൊളിപ്പിച്ചുവെച്ച കിണർ. നട്ടുച്ചകളിലൊക്കെ അതൊരു ഭ്രമമായി അതിരുകളിൽക്കിടന്ന് കുതറി. ത്രികാലജ്ഞാനികളായ മരങ്ങൾ. കുന്നുകൾ വളരുന്തോറും മരങ്ങൾ കൂടുതൽ ഒറ്റപ്പെട്ടു. ഒറ്റപ്പെട്ട മരങ്ങളെയാണ് സരള ഏറെ സ്നേഹിച്ചത്.

ദിവസവും മൂന്നും നാലും റബ്ബർഷീറ്റുകൾ അവൾ വേലിക്കൽ തോരാനിട്ടു. വർഷം മുഴുവൻ അവളെ കുരുമുളകിന്റെ ഗന്ധം ചൂഴ്ന്നുനിന്നു. എത്ര ഇറുത്താലും തീരാത്തപോലെ കുടംപുളി. അവൾ വന്നയാണ്ടിൽ അതിരിലെ പ്ലാവും തെക്കുപുറത്തെ മാവും ഭ്രാന്തമായി പൂത്തു.

നൂറുമേനിയുടെ ആര്യൻപാടം.

വിത്ത്, വിത്ത്...

രാജേന്ദ്രൻ കിതച്ചു.

അവളുടെ ചെമ്പിച്ച മുടിയുടെ അറ്റം പിളർന്നുണ്ടായ ഇരുനാവുകൾ കണ്ട് അയാൾ മന്ത്രിച്ചു.

“പാമ്പ്, പാമ്പ്....”

തുടക്കം മുതലേ സരളയെ അലട്ടിയ ചില ചോദ്യങ്ങളുണ്ട്. എന്താണ് പെണ്ണ്? എന്താണവളുടെ പൂർണ്ണ അർത്ഥം?

നാല്

ഇദം പ്രഥമഃ എന്ന സ്ത്രീ സംഘടനാ ഭാരവാഹികളെത്തുമ്പോൾ രാജേന്ദ്രൻ രണ്ടാഴ്ചത്തെ ലീവ് കഴിഞ്ഞു താലൂക്കാപ്പീസിലേക്ക് പുറപ്പെട്ടിരുന്നു. ജീവിതത്തിലാദ്യമായി അന്നയാൾ വെറുംകൈയുമായി ജോലിക്കുപോയി. പക്ഷേ, താടി വടിക്കുകയും വൃത്തിയുള്ള നമ്പർവൺ ദോത്തി ധരിക്കുകയും ചെയ്തിരുന്നു.

'ഇദം പ്രഥമഃ'യ്ക്കു മുന്നിൽ പ്രത്യക്ഷപ്പെടാൻ ആദ്യം സരളയ്ക്ക് വല്ലാത്ത വിമ്മിട്ടം തോന്നി. തന്റെ പ്രശ്നങ്ങൾ മറ്റു ചിലതാണെന്ന് അവൾക്ക് ബോദ്ധ്യമുണ്ടായിരുന്നു. പക്ഷേ, പെണ്ണിന്റെ മനസ്സും വിചാരവും വികാരവും ഒറ്റക്കെട്ടായി അരച്ചു കലക്കിക്കുടിച്ച ഇദം പ്രഥമഃ ആത്മവീര്യം പകർന്ന് സരളയെ അരങ്ങത്തേക്ക് കൊണ്ടുവന്നു.

"സ്ത്രീ, പുരുഷനെപ്പോലെ സംസാരിക്കുന്നതിൽ എന്താണിത്ര അപാകത? പ്രസിഡന്റ് ചോദിച്ചു. എക്കാലത്തും സ്ത്രീശബ്ദം ഇങ്ങനെയായിരുന്നതിന്റെ ഒരു പ്രശ്നമല്ലേ ഇത്? എന്തുകൊണ്ട് സ്ത്രീക്ക് പുരുഷ ശബ്ദത്തിൽ സംസാരിച്ചുകൂടാ? സൗണ്ട് ബോക്സ് എന്താ പുരുഷന്റെ കുത്തകയാണോ? ഒരു സ്ത്രീ പുരുഷന്റെ ശബ്ദത്തിൽ സംസാരിക്കുന്നതിൽ ഞങ്ങൾ അഭിമാനംകൊള്ളുന്നു." ലീഗൽ അഡ്വൈസർ അഡ്വക്കേറ്റ് രാധാമണി വാസവൻ പത്രസമ്മേളനത്തിൽ പറഞ്ഞു. സ്ത്രീകൾ മാത്രം താമസിക്കുന്ന ഞങ്ങളുടെ ഹോസ്റ്റലിൽ ഇനി പുരുഷന്മാരുടെ അസമയത്തുള്ള ഫോൺവിളികൾക്കും വാതിലിൽ തട്ടലിനും ഇതോടെ ഒരറുതിയായി. പുരുഷനാവുന്നതിലല്ല, പുരുഷന്റെ സ്വഭാവങ്ങൾ സൂക്ഷിക്കുന്നതിൽപ്പോലും നമ്മുടെ സമൂഹത്തിന്റെ സമീപനം അത്തരത്തിലുള്ളതാണെന്ന് ഞങ്ങൾ തെളിയിക്കാൻ പോവുകയാണ്.

"ഇനി ഭർത്താവിന്റെ അടുത്തേക്ക് തിരിച്ചു പോകുന്നില്ലേ?"

വാർത്താലേഖകർ സരളയോട് ചോദിച്ചു.

“ശബ്ദമൊന്ന് മാറിയാൽ ഇല്ലാതാവുന്നതാണോ സ്നേഹം?

എന്തിനാണ് സ്നേഹം ഇത്ര കണ്ടീഷൻഡ് ആവുന്നത്? സ്നേഹത്തെക്കുറിച്ചും കാമത്തെക്കുറിച്ചുമൊക്കെയുള്ള നമ്മുടെ നിർവ്വചനങ്ങൾ എത്ര പൊള്ളയാണ്!”

സരളയുടെ വാക്കുകൾ ഇദംപ്രഥമഃ കൈയടിയോടെ സ്വീകരിച്ചു.

സരളയെ പത്രങ്ങളിലും ടി വിയിലും രാജേന്ദ്രൻ കണ്ടു. മുടി മുറിച്ചുകളഞ്ഞ സരള. ജീൻസും ടോപ്പും ധരിച്ച സരള. കാർഗൂസും ടീഷർട്ടും ധരിച്ച സരള. നീണ്ടുമെലിഞ്ഞ അവളുടെ ആകാരത്തിൽ ഭ്രമിച്ച പെൺകുട്ടികൾ അവൾക്ക് നിരന്തരം പ്രണയലേഖനങ്ങളെഴുതി. നിരന്തരം ഫോൺ ചെയ്തു. ഒരിക്കൽ കേട്ടാൽ മറക്കാൻ വയ്യാത്തത്ര ഗംഭീര ഫിനിഷിങ്ങുള്ള പുരുഷ ശബ്ദമാണവളുടേതെന്ന് അവർ വാഴ്ത്തി.

സ്ത്രീകളുടെ ആ ഹോസ്റ്റലിൽ അസമയത്ത് വരുന്ന പുരുഷന്മാരുടെ ടെലിഫോൺ കാളുകൾക്ക് മറുപടി പറയലായിരുന്നു അവളുടെ പണി. ഹോസ്റ്റലിലെ ഇരുപത് സ്ത്രീകളും നൂറുരൂപാ വീതമെടുത്ത് അവൾക്ക് രണ്ടായിരംരൂപാ ശമ്പളം നല്കി. അവൾക്കവിടെ പ്രത്യേക മുറിയുണ്ടായി. പ്രത്യേക ടോയ്‌ലറ്റ് സൗകര്യം. സ്ത്രീകൾ അവരുടെ സ്വകാര്യതകളെല്ലാം അവളിൽനിന്ന് ദൂരെ സൂക്ഷിച്ചു. എത്ര പരിമിതമായാണ് താൻ മനസ്സിലാക്കപ്പെടുന്നതെന്നായിരുന്നു അവിടെ സരളയുടെ വേദന. അവൾക്ക് ചെയ്യാനുള്ളതും പറയാനുള്ളതും മറ്റു പലതുമാണ്. പക്ഷേ, സ്ത്രീ സംഘടനയ്ക്ക് സരളയുടെ പ്രവർത്തനം അങ്ങേയറ്റം തൃപ്തികരമായിരുന്നു. ഇപ്പോൾ, മദ്യപിച്ച് കുഴഞ്ഞ ഒരു സമൂഹവിരുദ്ധൻ ഹോസ്റ്റലിലേക്ക് ഫോൺ ചെയ്യാൻ മടിക്കുന്നുണ്ട്. ആരും അസമയത്ത് വന്ന് കോളിങ് ബെല്ലടിക്കുന്നില്ല. വാതില്ക്കൽ തട്ടി ശല്യം ചെയ്യുന്നില്ല. എല്ലാം സരളയുടെ അനുഗ്രഹം. ഓം സരളായ നമഃ

പെൺമയുടെ സമത്വസുന്ദരമായ ആ ലോകത്തേക്ക് അശ്ലീലക്കത്തുകൾ പേരുവെക്കാതെ വരാൻ തുടങ്ങി. അശ്ലീലചിത്രങ്ങളുടെ പകർപ്പുകളും അശ്ലീലമാസികകളും. അശ്ലീലമായ സ്വന്തം ശരീരത്തിലേക്ക് നോക്കി പ്രസിഡന്റ് ചിന്തിച്ചു. സ്ത്രീ ശരീരത്തിന്റെ പുനഃസ്ഥാപനം എങ്ങനെ സാദ്ധ്യമാക്കും?

അഞ്ച്

പകൽനേരങ്ങളിലായിരുന്നു സരള സ്വതന്ത്രയാവാറ്. ആ നേരങ്ങളിൽ അവൾ പ്രധാനമായും രൂപപ്പെടുത്താനാശിച്ചത് ഒരു വിനിമയഘടനയാണ്. പുരുഷസ്വരത്തിനും സ്ത്രീ ശരീരത്തിനും അഭികാമ്യമായ ഒരു വേഷം, ഭാഷ. അവൾ സമൂഹത്തിന് മുന്നിൽ അവളെ എങ്ങനെ അവതരിപ്പിക്കുന്നു? അവൾക്ക് മുന്നിൽ ആണായോ പെണ്ണായോ ജീവിക്കുക എന്ന രണ്ട് തെരഞ്ഞെടുപ്പുകളേ ഉള്ളൂ. ആണും പെണ്ണുമായി ജീവിക്കാനുള്ള അവസരം അവൾക്കാരും നല്കിയിട്ടില്ല. പരുഷമായ ശബ്ദത്തിനൊപ്പം സാരി ചുറ്റുകയും പൊട്ട് കുത്തുകയും മുടിനീട്ടി വളർത്തുകയും ചെയ്യുക അപഹാസ്യമായി തോന്നിയതുകൊണ്ട് അവൾ മുടി മുറിക്കുകയും ആഭരണങ്ങൾ ഉപേക്ഷിക്കുകയും പുരുഷവേഷധാരിയാവുകയും ചെയ്തു. അതൊക്കെ അവളിലെ അർദ്ധനാരീശ്വരതയെ ഉപരിപ്ലവമായേ സമീപിക്കുന്നുള്ളൂവെന്ന് അവൾക്കറിയാമായിരുന്നു. ഒരേസമയം സ്ത്രീയും പുരുഷനുമായി തന്നിലെ സ്ഥിരമായ ഒരവസ്ഥയെ നിരാകരിക്കുന്നതിലെ സ്വാരസ്യം ചിലപ്പോഴൊക്കെ ജടമുടിപോലെ കെട്ടുപിണഞ്ഞു. തന്നിലെ സ്ത്രീ സാന്നിദ്ധ്യം ഉഴുത മണ്ണിന്റെ ത്രസിപ്പിക്കുന്ന കാമമായും ഇളകിത്തുടിക്കുന്ന പുഴമീനിന്റെ ചടുലതയായും പ്രണയത്തിന്റെ തീർത്ഥമായും നിലനിന്നപ്പോൾ തന്നിലെ പുരുഷൻ, കരിങ്കൽക്കെട്ടിൽ ഇടയ്ക്കിടെ തളംകെട്ടിയ ചില ഇരുണ്ട ഓർമ്മയായും കറുത്ത ഭൂതമായും വന്യനായ വേട്ടക്കാരനായുമാണ് സ്ഥിതി ചെയ്തത്. അർദ്ധനാരീശ്വരതയുടെ മറുപടിയാണോ പ്രപഞ്ചം? സ്ഥിതി?

പരപുരുഷ സ്പർശമേല്ക്കാത്ത ചാരിത്ര്യവതിയായിരുന്നല്ലോ സരള. ഹനുമാനായിരുന്നു അവളുടെ കളിത്തോഴനും കാമുകനും ജാരനും. പതിനഞ്ചോ പതിനാറോ വയസ്സുള്ളപ്പോഴാണ് വേനലവധിക്ക് അവൾക്ക്

വസൂരി വന്നത്. മുച്ചീർപ്പനെന്ന് അവൾ വിളികൊടുത്ത ആ വേനലിൽ ഉച്ചനേരങ്ങളിൽ, അവൾ ഹനുമാൻ കോവിലിലേക്ക് കുന്നുകൾ കയറുമായിരുന്നു. പോളകൾ വിങ്ങിയ ശരീരത്തിൽ വേനൽ ചുവന്ന പൂക്കളായി തിണർത്തു. അവളുടെ ചെമ്പിച്ച മുടിയിഴകളുടെ ഇരുനാവായി പിളർന്ന അഗ്രഭാഗമായിരുന്നു ഹനുമാനിഷ്ടം. ഹനുമാൻ കോവിലിന്റെ പിൻവഴിയിലൂടെ ഇറങ്ങിയാൽ ബിലാസ്വതിയുടെ സാരി സെന്ററിലെത്താം. മുംബൈയിലെ റാത്തോഡ് ആൻഡ് കമ്പനിയിൽനിന്ന് അവൾ കമ്പനി വിലയ്ക്ക് ഇറക്കുമതി ചെയ്യുന്ന വോയിൽസാരികളുടെ മങ്ങിയ ബോർഡറുകൾ സരളയുടെ ചില വേനലോർമ്മകളായിരുന്നെന്ന് കാണാം. പത്മാവതി കോവിലമ്മയുടെ കെട്ടിനകത്തായിരുന്നു അവളുടെ കോട്ടൺസാരികളുടെ മേളനം. എതിരിലെ ചുവരലമാരയിൽ പത്മാവതി കോവിലമ്മ വില്പനയ്ക്ക് ഉണ്ടാക്കിവെക്കുന്ന വേപ്പിലക്കട്ടിയും കണ്ണിമാങ്ങാ അച്ചാറും ചമ്മന്തിപ്പൊടിയും അപ്പളവും. ബിലാസ്വതിയുടെ സമീന്തത്തിൽ സിന്ദൂരം ചിതറിത്തെറിച്ച് അസ്തമയ ചിഹ്നങ്ങളായിക്കിടന്നു. അല്പം പൊന്തിയ പല്ലുകളിലുറപ്പിച്ചു നിർത്തിയ കമ്പിക്ലിപ്പ്. കെട്ടിനകത്ത് ഇരുൾ. പിന്നെ, ഉണങ്ങിയ ഏതോ ഉത്തരേന്ത്യൻ പൂവിന്റെ അസ്വസ്ഥതയുണർത്തുന്ന മണം.

എന്താണ് സരള ബിലാസ്വതിക്കും ഹനുമാനുമിടയിൽ ചികഞ്ഞുകൊണ്ടിരുന്നത്? അഥവാ, ചികഞ്ഞെടുക്കാൻ ശ്രമിച്ചത്? പക്ഷേ, ഒന്നുറപ്പ്. രാജേന്ദ്രന്റെ കൈകളിലെത്തുമ്പോഴും അവൾക്ക് ചാരിത്ര്യധ്വംസനമൊന്നും സംഭവിച്ചിരുന്നില്ല. ഹനുമാൻ ദൈവമാണല്ലോ! നിത്യബ്രഹ്മചാരി! സപ്ത ചിരംജീവികളിലൊരാൾ!

പക്ഷേ, ഇടയ്ക്ക് ദഹിക്കാതെ കിടക്കുന്ന ബിലാസ്വതി. വെളുത്ത സാരികൾ. ഇരുവരിൽനിന്നും പിൻവാങ്ങി നില്ക്കുമ്പോൾ സരള അനുഭവിക്കുന്ന ആഘാതം. ഹനുമാൻ അവളിലേക്ക് നടത്തിയ കുടിയേറ്റം. ഇപ്പോഴും നിവർന്നുകിടക്കുന്ന കുന്നുകൾക്കും മരത്തണലുകൾക്കും ഹനുമാൻ കോവിലിന് ഊർജ്ജം പകർന്നുകിടക്കുന്ന നിശ്ശബ്ദതയ്ക്കും ചില അപസർപ്പക സ്വഭാവങ്ങളുണ്ടോ? പത്താം ക്ലാസിൽ മൂന്നു തവണ തോല്ക്കുകയും പ്രീഡിഗ്രി തലത്തിൽ ഇടയ്ക്കിടെ തലചുറ്റി വീണ് നുരയും പതയുമൊഴുക്കി പ്രതികാരം ചെയ്യുകയും ചെയ്ത ഒരു പാവം പെണ്ണാണല്ലോ സരള. അവളുടെ നെഞ്ചിലല്ലേ എന്നിട്ടും എന്നും ഹനുമാൻസേവ ഉറങ്ങിയത്?

ആറ്

ഹെലനയും ആൽബർട്ടോയും കടന്നുചെല്ലുമ്പോൾ മുരുക്കില യിൽനിന്ന് കുമിളകൾ ഊതിപ്പറത്തുംമട്ടിൽ സരള സിഗാറിന്റെ പുകവള യങ്ങൾ ഊതിവിടുകയായിരുന്നു. ഒന്നിനു പിന്നാലെ ഒന്നായടുങ്ങിയ പുക വളയങ്ങളിൽ പള്ളികൊണ്ട സരള അലസമായ അംഗവിക്ഷേപങ്ങളോടെ ഇരിപ്പ് സുഖപ്പെടുത്തി ആഗതരെ ഇരിക്കാൻ ക്ഷണിച്ചു. സംസാരം തുടങ്ങും മുൻപ് സിഗാർ കുഴലിൽനിന്ന് വലിച്ചെടുത്ത് ആഷ്ട്രേയിൽ കുത്തിക്കെടുത്തി മര്യാദപ്പെടുകയും ചെയ്തു. ഹെലനയുടെ തോളുക ളിലും കൈത്തണ്ടയിലും ശിവജടയും പാമ്പും പച്ചകൊത്തിയിരുന്നു. പൊക്കിൾച്ചുഴിയിൽ ശിവനടനം. മുതുകിൽ, ഇടതുതുടയിൽ പാർവ്വതിയെ വഹിച്ചിരിക്കുന്ന അർദ്ധനാരീശ്വരൻ. ആൽബർട്ടോയ്ക്ക് നീല ഞരമ്പുക ളുള്ള സമുദ്രയാത്രികന്റെ ഗന്ധമായിരുന്നു. വെള്ളാരങ്കണ്ണുകളിൽ അടി ത്തട്ടുവരെ തെളിയുന്ന കടൽ. വാൽക്യാമറകളും തീരെ ചെറിയ നോട്ടു പുസ്തകങ്ങളുമായി ഇരുവരും സരളയെ വളഞ്ഞു.

സരള പറയുന്നതെല്ലാം കുത്തായും കോമയായും ബീജാക്ഷരങ്ങ ളായും ഹെലന ഇടതുകൈകൊണ്ടെഴുതി. ഒപ്പം ഓഡിയോ റെക്കോർ ഡിങ്ങും.

ആൽബർട്ടോ കൈകുലുക്കി പിരിഞ്ഞതിനുശേഷം ഹെലന ഹൈ ന്ദവ പുരാണങ്ങളെക്കുറിച്ച് ഏറെ സംസാരിച്ചു. അർദ്ധനാരീശ്വര സങ്ക ല്പം. വ്യക്തിയിലെ സ്ത്രൈണപൗരുഷ സമ്മേളനം. താളം. സംഗീതം. നടരാജപ്രകൃതി.

സരളയുടെ അമ്മ അവർക്കും സരളയുടെ അച്ഛനുമിടയിൽ ഒരു വിഘ്നേശ്വര പ്രതിമ സ്ഥാപിച്ചതെന്തിനെന്ന് സരള സ്വയം ചോദിച്ചു. അതൊരു പുനഃസ്ഥാപനമായിരുന്നു. ഒന്നിന് പകരം മറ്റൊന്ന്. ഒരാൾക്ക്

പകരം മറ്റൊരാൾ. പുരുഷനു പകരം ദൈവങ്ങളിലേക്കാണ് മടങ്ങിപ്പോക്ക്.

സരളയുടെ അമ്മ ആദ്യം ഒരു വിഘ്നേശ്വരപ്രതിമ സ്ഥാപിച്ച് സരളയുടെ അച്ഛനിൽനിന്ന് ഒരകലം സ്ഥാപിച്ചെടുക്കുകയും പിന്നീട് നിരവധി പ്രതിമകൾ നിരത്തി ദൂരം വർദ്ധിപ്പിക്കുകയുമാണ് ചെയ്തത്. സരളയ്ക്കു വേണ്ടിയിരുന്നത് രാജേന്ദ്രന്റെ അനുവാദമായിരുന്നില്ല. മറിച്ച്, സരളയുടെ ഒരു മുന്നറിയിപ്പ് മാത്രമായിരുന്നു. തങ്ങൾക്കിടയിൽ ഹനുമാൻ സേവയുടെ സംഗ്രഹം കാണെ ആദ്യം രാജേന്ദ്രന് അല്പം അസ്വാസ്ഥ്യമൊക്കെ തോന്നാതിരുന്നില്ല. പിന്നെ, ദൈവമായതുകൊണ്ടാവാം ക്ഷമിച്ചത്. തടിച്ച ഭുജങ്ങളും ഒതുങ്ങിയ അരക്കെട്ടുമായുള്ള ഹനുമാന്റെ ചിത്രം പുരുഷജന്യമായ അസൂയ അയാളിലുണ്ടാക്കിയെങ്കിലും അയാളത് ഒരിക്കലും പുറമേ ഭാവിച്ചിരുന്നില്ല. തോല്ക്കാൻ തയ്യാറായിരുന്നുമില്ല.

“എന്റെ ദൈവം ശിവനായിരുന്നില്ല. സരള പറഞ്ഞു. ബലവാനായ ഹനുമാനായിരുന്നു.”

“ഹനുമാൻ വിലക്ഷണനല്ലേ?”

ഹെലന ചോദിച്ചു.

വിഘ്നേശ്വരനും വിലക്ഷണനാണ്. സരള പറഞ്ഞു. “അതാണവരുടെ ദൈവികത്വം.”

“അതേ. അതുകൊണ്ടാണല്ലോ നിങ്ങളും ആ ജനുസ്സിലാണെന്ന് ഞാൻ വിശ്വസിക്കുന്നത്. പ്രപഞ്ചത്തിന്റെ പൊരുൾ. സൃഷ്ടിയും സ്ഥിതിയും അർദ്ധനാരീശ്വരം.”

ഹെലന അപ്പോൾ തംബുരുവിൽ വിരൽ മുട്ടിയാലെന്നപോലെ വിറകൊണ്ടു.

പരിമിതമായി മനസ്സിലാക്കപ്പെടുകയും സ്വന്തം താല്പര്യങ്ങൾക്കായി ഏത് മാറ്റത്തെയും വിനിയോഗിക്കുകയും ചെയ്യുന്ന ഒരു സമൂഹത്തിൽനിന്ന് പ്രപഞ്ചപ്പൊരുളിലേക്കുള്ള മാറ്റം. സരള തെല്ലുനേരം മിണ്ടാതിരുന്നു.

“പക്ഷേ, രണ്ടും രണ്ടറ്റമാണ്. എന്റെ സ്ഥാനം ഇതിനിടയിലെങ്ങോ ആണെന്ന് എനിക്കുറപ്പുണ്ട്. അതുകൊണ്ടൊന്നും നിങ്ങൾക്ക് നിങ്ങളിലെ ദൈവികത്വം മറികടക്കാനാവില്ലെന്ന് ഉറപ്പാണ്.”

ഹെലന പറഞ്ഞു.

“എന്നിൽ നിലനില്ക്കുന്ന സ്ത്രൈണതയെ മറികടക്കാനാണ് ഞാനിപ്പോഴും വിഷമിക്കുന്നത്. നിങ്ങളിപ്പോൾ ആകെക്കൂടി പുരുഷനാണ്.”

ഹെലന മുന്നറിയിപ്പ് നല്കി.

“പുരുഷന്മാരും ദൈവങ്ങളും മാത്രം ഫോക്കസ് ചെയ്തു നില്ക്കുന്ന ഒരു വെളുത്ത ആകാശമാണോ നമ്മുടേത്?”

“ദേവഭാഷയിൽ പറയൂ.” ഹെലന പറഞ്ഞു. “എനിക്ക് ദൈവങ്ങളുടെ ഭാഷയാണ് വേണ്ടത്.”

ഏഴ്

സരളയുടെ ഗ്രാമത്തിലെ ഹനുമാൻകോവിലിലേക്ക് പുറപ്പെടും മുൻപ് സരള തന്റെ രണ്ട് പ്രതിജ്ഞകളും ഹെലനയ്ക്കു മുന്നിൽ വെച്ചു.

ഒന്ന്: താനൊരിക്കലും ഹെലനയുടെ ക്ഷണം സ്വീകരിച്ച് അവളുടെ നാട്ടിലേക്ക് വരില്ല.

രണ്ട്: ഹനുമാൻകോവിൽ സന്ദർശനത്തിനുശേഷം തന്നെ കാണാൻ ശ്രമിക്കരുത്.

ഞങ്ങൾക്ക് ഒരുപാട് ദൈവങ്ങളില്ല. ഹെലന പറഞ്ഞു. കഥകളുടെയും ഉപകഥകളുടെയും ജടമുടിയില്ല. ഭാഷയുടെ മധുരവും വിസ്മയവുമില്ല.

സരളയ്ക്ക് സഹതാപം തോന്നി; ഹെലനയുടെ ബാല്യത്തോട്; യൗവനത്തോട്.

ഉച്ചയുടെ ജ്വാല അടങ്ങിത്തുടങ്ങിയിരുന്നു. അവർ വീടെത്തുമ്പോൾ വാതിൽ തുറന്നത് അമ്മതന്നെയാണ്. ജടമുടിയും കാഷായവുമായി. ഹെലന അവരെ പല പോസിലും വീഡിയോയിലാക്കി.

“അമ്മേ, വെള്ളം.”

അവൾ ഭയഭക്തിയോടെ പറഞ്ഞു. അമ്മ വേങ്ങക്കാതലിട്ട് തിളപ്പിച്ച വെള്ളം കൊണ്ടുവന്നു. തട്ടിൻപുറത്ത് വിരിച്ച ജമുക്കാളത്തിൽ ഉച്ചമയങ്ങാതെ ഹെലന വിഘ്നേശ്വര പ്രതിമകൾക്കിടയിൽ ചുറ്റിയടിച്ചു.

വെയിലാറിക്കഴിഞ്ഞ്, ഒരുപാട് മരങ്ങൾ കണ്ട് കുന്നുകൾ കയറാൻ തുടങ്ങിയപ്പോൾ ഹെലന ചോദിച്ചു:

“ഇപ്പോൾ ഭർത്താവിനെക്കുറിച്ചോർക്കാറില്ലേ?”

“ഭൂതകാലം ഇരുണ്ട ജലമാണ്.”

സരള മറുപടി പറഞ്ഞു.

“പുരാവൃത്തത്തിലേക്കാണോ ഈ യാത്ര?”

“വേദനകളിലേക്ക്.”

സരള മന്ദഹസിച്ചു.

അവൾക്കിപ്പോൾ അഗ്രം പിളർന്ന ഇരുനാവുകളുള്ള ചെമ്പിച്ച പാമ്പിൻമുടിയില്ല. ബിലാസ്‌വതിയുടെ ഗവേഷണ പ്രബന്ധത്തിന്റെ കോപ്പിയുമായി കുന്നുകളോടിക്കയറുന്ന പെൺകുട്ടിയല്ല ഇന്ന് സരള.

ഇത് യൂണിവേഴ്സിറ്റി നിരസിച്ച ഒരു പ്രബന്ധമാണ്. ഹനുമാൻ പൊട്ടിച്ചിരിച്ചു. നിനക്കവളെക്കുറിച്ച് ഒന്നുമറിയില്ല. ബിലാസ്‌വതിയിലാകെ പരന്നുകിടക്കുന്ന ഒരു പ്രബന്ധമായി സരള ഹനുമാനെ തിരിച്ചറിഞ്ഞു തുടങ്ങുന്നത് അവിടെനിന്നാണ്. അവളറിയാത്ത ഒരു ഭൂതകാലവും ഗാഢ നിറങ്ങളും അവർക്കിരുവർക്കും ഉണ്ടാവരുതെന്ന് അവൾ ശഠിക്കുന്നത് കൊണ്ടാകാം. വേദനയ്ക്കുള്ള മറുപടിയൊന്നോണം ഹനുമാൻ പ്രതിമയെ നോക്കിനിന്നുകൊണ്ട് അവൾ ഒരു സിഗാർ കത്തിച്ചു. ഹെലന എല്ലാമെല്ലാം വീഡിയോയിലേക്ക് പകർത്തി. അവളിലെ രൗദ്രഭാവം കത്തിയമർന്നു തുടങ്ങിയപ്പോൾ ഹെലന ചോദിച്ചു:

“നമുക്ക് ബിലാസ്‌വതിയെ കാണണ്ടേ? എനിക്ക് ഇന്ത്യൻ സാരികൾ വലിയ ഇഷ്ടമാണ്. പ്രത്യേകിച്ച് ചുട്ടെടുത്ത നിറങ്ങളുള്ള വാടിയ ചുങ്കിടിച്ചേലകൾ.”

സൂര്യപ്രണയം വീണ് പൊള്ളിയ കറുത്ത കവിളുകളും കാരകൾ വീണ നെറ്റിത്തടവും ഇപ്പോൾ ഒരു മന്ത്രവാദിനിയിൽ കുറഞ്ഞ ഛായയൊന്നും ബിലാസ്‌വതിക്ക് നല്കില്ല. എപ്പോഴും ദാഹിക്കുന്ന മട്ടിൽ പതിയിരിക്കുന്ന ഇരട്ടക്കുഴലുകളുള്ള കണ്ണുകൾ. ഹനുമാൻ എന്നിൽ വസിക്കുന്നത് അവൾ എങ്ങനെ സഹിക്കും?

എന്താണ് നിങ്ങൾക്കിരുവർക്കുമിടയിൽ?

അവർ ആൾമാറാട്ടക്കാരിയാണ്. ഞാൻ പറയുന്നതെന്തും അവൾ അവളുടേതെന്ന മട്ടിൽ ഹനുമാനോട് പറഞ്ഞുകൊണ്ടിരിക്കുന്നു. അതുകൊണ്ട് എനിക്ക് എന്നെ തെര്യപ്പെടുത്താനോ തെളിയിക്കാനോ കഴിഞ്ഞില്ല. എന്റെ സ്വപ്നങ്ങൾ, എന്റെ കാഴ്ചകൾ, എന്റെ നിറങ്ങൾ, എന്റെ പ്രണയം എല്ലാം, എല്ലാം....

“എന്തുകൊണ്ട് ഹനുമാനത് മനസ്സിലാക്കിയില്ല?”

ഹെലന അത്ഭുതം കൂറി.

കഴിയില്ല. കാരണം, അയാൾ മിണ്ടാത്ത ദൈവമാണ്. പോരെങ്കിൽ നിത്യബ്രഹ്മചാരി.

മറുപടിയില്ലാത്ത സരളയുടെ പ്രണയത്തിലേക്ക് മരങ്ങൾ ചുഴറ്റിയടിക്കാൻ തുടങ്ങി. കാട് കത്തി. പിന്നെ, കാറും കോളുമടങ്ങുമ്പോൾ ഹെലനയ്ക്ക് സരളയെ കാണാൻ കഴിഞ്ഞില്ല. ശിവന്റെ ഇടതു തുടയിൽ പ്രണയപരവശയായിരിക്കുന്ന സരളയെയോ ഹനുമാന്റെ നെഞ്ചകത്ത് രാമനു പകരമുള്ള സരളയെയോ. പാഠഭേദത്തിന്റെ പൊരുളറിയാത്ത ഹെലന കൈകൂപ്പി.

മായാമാളവഗൗള

ഒന്ന്

ഇതുപോലെ ചെറുതായി മഴ ചാറിക്കൊണ്ടിരുന്ന ഒരു പ്രഭാതത്തിലാണ് ചന്ദ്രശേഖർ ആദ്യമായി ഈ വീട്ടിലേക്കു വന്നത്. തളത്തിൽ കുട്ടികൾ സരളിവരിശകൾ മൂളാൻ തുടങ്ങിയിട്ടേ ഉണ്ടായിരുന്നുള്ളൂ. മദ്ധ്യസ്ഥായി, മന്ദ്രസ്ഥായി സ്വരങ്ങളിലേക്ക് കടക്കാൻ ഇനിയും നേരമെടുക്കും. അപ്പോഴേക്കും അവർക്ക് മുന്നിൽ സ്ഥാനം പിടിക്കണമെന്ന് തീരുമാനിച്ചിരുന്നെങ്കിലും മനസ്സ് വല്ലാതെ ഉഴലുന്നുണ്ടായിരുന്നു. ആരോ പടികടന്നു വരാനുണ്ടെന്ന ഒരു തോന്നലിൽ ഇടയ്ക്കിടെ പടിവാതില്ക്കലേക്ക് കണ്ണയച്ചിരുന്നു. പോരാത്തതിന്, രാവിലെതന്നെ ചിന്നിച്ചിതറിയെത്തിയ മഴ മനസ്സിനെ തെല്ലൊരു വിഷാദത്തിലേക്ക് നയിക്കുകയും ചെയ്തു. ഉന്മേഷം തീരെ കെട്ടപോലെ. ഒരു തുടർച്ച ഒന്നിലും കഴിയാത്തപോലെ മനസ്സ് ഇടിഞ്ഞിരുന്നു. ഉന്മേഷമില്ലായ്മയുടെ തുടർച്ചപോലെ മോഹനും ദിൽരുപയും മനസ്സിനെ തകർക്കുകയും. ഇപ്പോൾ മുകളിലെ മുറിയിൽ പോയിരുന്ന് അലസമായി ദൂരെ ദൂരേക്ക് നീളുന്ന റോഡുകളും മഴയിറ്റുന്ന മരങ്ങളും ഉന്മേഷം നശിച്ച തെരുവോരങ്ങളും കണ്ടുകണ്ടിരിക്കണം. അല്ലാതെന്ത്? നീണ്ടു നീണ്ടുപോകുന്ന, വിജനമായ, ഈ ഇടവഴികൾ തീർത്തും പ്രതീക്ഷകൾ വറ്റിക്കുന്ന ഒരു കാഴ്ചയായി മാറിയിരിക്കുന്നു.

ഈ സമയത്തെപ്പോഴോ ആണ് അയാൾ ചെറിയ മരഗേറ്റ് തള്ളിത്തുറന്ന് പുറംവരാന്തയിലെത്തിയത്. കൈയിൽ നനഞ്ഞു കുതിർന്ന ഒരു ദിനപത്രവും വെള്ളമിറ്റുന്ന ഒരു കൈലേസും. പരിഭ്രമത്തിനിടയിലും ചിന്തിച്ചത് മറ്റൊന്നാണ്. എത്രയോ നേരമായി ഞാനീ നീണ്ടുനിന്ന നിരത്തുകളും മഴയിറ്റി കൂന്നുനില്ക്കുന്ന മരങ്ങളും കണ്ടുകണ്ടിരിക്കുന്നു. ഇതിനിടെ, ഏതു വഴിയിലൂടെയാണ് ഇയാൾ ഗേറ്റോളം എത്തിയത്?

അമ്മ വാതിൽ തുറന്നുപിടിച്ചിരുന്നു.

"അകത്തേക്ക് വരണം സാർ, അകത്തേക്ക് വരണം."

പരിഭ്രമം തോന്നിയത് ചന്ദ്രശേഖർ ഒരു കോളേജ് അദ്ധ്യാപകനായതുകൊണ്ട് മാത്രമായിരുന്നില്ല. ആരോഹണാവരോഹണക്രമത്തിലുള്ള അയാളുടെ പ്രസംഗങ്ങൾ ഞാൻ കേട്ടിട്ടുണ്ട്. ആർത്തലച്ച് മുന്നോട്ടു മുന്നോട്ടൊഴുകുന്ന ജലംപോലാണത്. അയാൾക്ക് മുന്നിൽ നില്ക്കാൻ എനിക്ക് ധൈര്യമില്ല; സങ്കോചം തോന്നുന്നു. ഞാൻ ആരുമല്ലാതായി തീർന്നതുപോലുള്ള ഒരു വിമ്മിട്ടം.

"രാവിലെതന്നെ വല്ലാത്ത ഒരു മഴ." അയാൾ അമ്മയോടായി പറഞ്ഞു. "രാവിലെ പത്രം വാങ്ങാനെന്ന പേരിലാണ് ഈ നടപ്പ്. ഇന്ന് കുടുങ്ങിപ്പോയി."

"വേനൽമഴയാ." അമ്മ പറഞ്ഞു. അതാണല്ലോ അപ്രതീക്ഷിതമായ ഈ പെയ്ത്ത്. ഇന്നലെ ഇവിടെ വേനൽ കത്തിനിന്നിരുന്നൂന്ന് വിശ്വസിക്കാൻ പറ്റുന്നുണ്ടോ ഇപ്പോ?

ചന്ദ്രശേഖർ അകത്തേക്ക് ശ്രദ്ധിച്ചുകൊണ്ട് ചോദിച്ചു.

"ഇവിടെ ആരോ പാട്ടുകാരുണ്ടോ? എന്നും ഈ വഴി പോവുമ്പോ താരസ്ഥായിയും ഇരട്ടസ്വരങ്ങളും ഒക്കെ കേൾക്കാറുണ്ട്. അതിരാവിലെയുള്ള നടപ്പിനിടയിൽ കിട്ടുന്ന ഈ സംഗീതം ഒരുന്മേഷമാണ്."

"പാട്ട് പഠിപ്പിക്കാറുള്ളത് മകളാണ്." ഒപ്പം അമ്മ വിളിച്ചുപറയുകയും ചെയ്തു. "വിമലേ ഒന്നിങ്ങട്ട് വരൂ. ഉടനെ പോവാം."

നെഞ്ച് മിടിച്ചിരുന്നു. വിരലുകൾ വിറച്ചിരുന്നു. സ്വയം വിലക്കാൻ ശ്രമിച്ചു. വീണയിൽ യമുനാ കല്യാണി മീട്ടുന്ന വിരലുകളാണിത്. അറ്റം കൂർത്ത്, നീണ്ട് സരളമായ വിരലുകൾ. ആരു കണ്ടാലും പ്രണയിച്ചു പോവുന്ന വിരലുകൾ.

കാറ്റിലിളകുന്ന വാതിൽക്കർട്ടന് പിന്നിൽ ചെന്നുനിന്നപ്പോൾ അയാൾ സൗമ്യനായി പറഞ്ഞു:

"എനിക്ക് സംഗീതം എന്റെ മനസ്സാണ്. പക്ഷേ, പാടാനറിയില്ല. എല്ലാം അലിയിച്ചുകളയുന്ന സംഗീതമറിയുന്ന നിങ്ങൾ ഭാഗ്യവതിയാണ്. എനിക്ക് അസൂയ തോന്നുന്നു."

തൊണ്ടയിൽ കനത്തുവന്ന ഗദ്ഗദത്തിനൊപ്പം മനസ്സിന്റെ ഉള്ളിന്റെയുള്ളിൽനിന്ന് പുറപ്പെടുന്ന ഒരിളവെയിൽ എന്നിൽ പരന്നു. ആ നേരത്ത് ആ നിറം എന്നെ എന്താക്കിയിരിക്കണം? ഞാനപ്പോൾ കാഴ്ചയ്ക്ക് എങ്ങനെയുണ്ടാവും? ഏറെനാളായി പരസ്പരമറിയുന്ന രണ്ടാളുകളെപ്പോലെ ഞങ്ങൾ പരസ്പരം മന്ദഹസിച്ചു. അയാളുടെ മുടിയിൽനിന്ന് ജലമിറ്റുന്നുണ്ടായിരുന്നു; എന്റെ കണ്ണുകൾ തുളുമ്പുകയും.

രണ്ട്

ചന്ദ്രശേഖറിനിഷ്ടം മായാമാളവഗൗളയായിരുന്നു. ഏഴു സ്വരങ്ങളും ചേർന്ന മായാമാളവഗൗള. ഞാനിഷ്ടപ്പെട്ടത് മോഹനവും. അഞ്ചു സ്വരങ്ങൾ മാത്രമുള്ള മോഹനം. രണ്ടും മംഗളരാഗങ്ങൾ.

“പൊതുവേദികളിൽ പോവണം.” ചന്ദ്രശേഖർ പറഞ്ഞു. “പാടണം. വലിയവളാകണം....” വലിയവൾ! തിളങ്ങുന്ന സാരി. പൂക്കൾ. ആംഗ്യം.

ഞാൻ വിസമ്മതിച്ചു.

“ആ വിധത്തിൽ അഭിനയിക്കാൻ എനിക്കറിയില്ല. എനിക്കിതുമതി. എന്നെ അറിയുന്ന കുറച്ചാളുകൾ. അല്പം സംഗീതം. ഈ നല്ല ദിവസങ്ങൾ.”

ആദ്യം ചുംബിക്കുംപോലെ ചന്ദ്രശേഖർ എന്റെ മുഖം പിടിച്ചുയർത്തി ചുണ്ടിൽ ഉമ്മവെച്ചു. വികാരംകൊണ്ട് അല്പാല്പം വിതുമ്പിയിരുന്ന എന്നെ നെഞ്ചോട് ചേർത്ത് അയാൾ പറഞ്ഞു:

“നീയും നിന്റെ സംഗീതവും എല്ലാം എന്റെ കൂടിയാണ്. എന്റെ അംശംകൂടി കലർന്നേ ഇനി നിന്നിൽ സംഗീതമുണ്ടാവൂ. ആ സംഗീതം കേട്ടു കേട്ട് എനിക്ക് ആഹ്ലാദിക്കണം. അഭിമാനിക്കണം. അലിഞ്ഞില്ലാതാകണം. രതിപോലെ.”

‘ചന്ദ്രശേഖറിന്റെ മകളെ ഞാൻ പ്രസവിക്കാം.’ ഞാൻ മന്ത്രിച്ചു. “അവളെ നമുക്ക് സംഗീതം പഠിപ്പിക്കാം. ആകാശത്തോളം വലുതാക്കാം. ഇത്രയും പ്രേമം നിറഞ്ഞു തുളുമ്പുമ്പോൾ ജനിക്കുന്ന കുട്ടികൾ സൗന്ദര്യവും ബുദ്ധിയുമുള്ളവരായിരിക്കണം.”

അയാൾ ഷർട്ടിന്റെ ബട്ടണുകൾ ഇട്ടുകൊണ്ട് പറഞ്ഞു. “ഞാനും

മോഹിക്കുന്നു, വല്ലാതെ. പക്ഷേ, നമുക്ക് കഴിയില്ല. അങ്ങനെയൊക്കെ ആശിക്കാതിരിക്കാൻ നാം ശീലിക്കണം. പരിമിതികൾ മറക്കരുത്."

ഉച്ചസ്ഥായിയിൽ മിടിച്ച മനസ്സിന്റെ ഒരിഴ എന്നിൽ പൊട്ടിവീണു. ഞാൻ തളർന്ന ഒരു മന്ദഹാസത്തോടെ ചോദിച്ചു.

"ഞാനെന്താ നിങ്ങൾക്കുവേണ്ടി ചെയ്യേണ്ടത്? തിളങ്ങുന്ന സാരിയും കട്ടിക്കാപ്പുകളും ധരിച്ച്, തലനിറയെ പൂ ചൂടി, പുരുഷാരത്തിന് മുന്നിലിരുന്ന് 'സുന്നാദവിനോദിനി'യിൽ രാധികാ കൃഷ്ണാ പാടണോ? അപ്പോൾ തൃപ്തി വരുമോ?"

ചന്ദ്രശേഖർ മിണ്ടിയില്ല. അതിന് മറുപടി നല്കാൻ അയാൾക്ക് കഴിയില്ല.

പിന്നീട്, ഒറ്റയ്ക്കായപ്പോൾ, കുട്ടികളെല്ലാം പോയിക്കഴിഞ്ഞ് വിജനമായ തറയിൽ കിടന്നുകൊണ്ട് ഞാൻ ചിന്തിച്ചു. പ്രണയം എന്താണ് ഇത്രയും ക്രൂരമാവുന്നത്? പ്രണയത്തിനും വിവാഹത്തിനുമിടയിലെ അതിരുകൾ ഒരിക്കലും ലോലമല്ല. എന്റെ വഴികൾ എപ്പോഴും ഇവിടെ അവസാനിക്കുന്നുണ്ടാവും.

ചന്ദ്രശേഖറിനും എനിക്കുമിടയിൽ നിലനിന്ന സുഗന്ധം നിറഞ്ഞ പ്രണയം അമ്മ മനസ്സിലാക്കിയില്ലെന്ന് ഞാൻ കരുതുന്നില്ല. സംഗീതത്തിന്റെ തിരകൾ നീന്തിക്കയറിയ വ്യക്തിയാണല്ലോ എന്റെ അമ്മയും. ചന്ദ്രശേഖർ വരുന്ന പ്രഭാതങ്ങളിൽ കുട്ടികൾക്ക് ജതിസ്വരം പറഞ്ഞുകൊടുക്കാറുള്ളത് അമ്മയായിരുന്നു. അടുത്ത മുറിയിൽ വീണാവാദനം കേൾക്കാത്തപ്പോഴും, വിവാഹിതനായ ചന്ദ്രശേഖറും ഞാനും എന്തിനെക്കുറിച്ചാണിപ്പോൾ സംസാരിക്കുന്നതെന്നറിയാൻ അമ്മയ്ക്ക് അധികാരമില്ലേ? പക്ഷേ, അമ്മ നിശ്ശബ്ദയായിരുന്നു. ഒരിക്കൽപ്പോലും ചോദ്യങ്ങൾ ചോദിക്കാതെ. സംഗീതവും പ്രണയവും എത്രത്തോളം ഇഴചേരുമെന്ന് അമ്മയ്ക്ക് അറിയാനാകുന്നുണ്ടാവും. അതൊരു കീഴടങ്ങലോ അടിയറവോ ആണെന്ന് എന്നെപ്പോലെ അമ്മയും ധരിക്കുന്നുണ്ടാവില്ല. സംഗീതവും പ്രകൃതിയും ഗംഗാജലംപോലെ മുന്നോട്ടു മാത്രം കുതിച്ചൊഴുകുന്നു, പ്രണയവും തൃഷ്ണയും ആഘോഷിച്ചുകൊണ്ട്. സംഗീതത്തിൽ വേദനയുടെ കണക്കുകളില്ല. സംഗീതം മാത്രം. പ്രണയം മാത്രം. ഓർമ്മകളിൽ പൊലിയുന്ന പ്രണയം. എന്നിട്ടും, അപ്പോൾ ഞാൻ കേൾക്കാനാഗ്രഹിച്ചത് കടുത്ത ശോകഭാവമുള്ള ദിൽരുപയായിരുന്നു. ദിൽരുപയെക്കുറിച്ചോർക്കുമ്പോൾ മോഹനെക്കുറിച്ചും ഓർക്കേണ്ടിവരുന്നു, ഒരുതരം തണുത്ത ഭാവത്തോടെ. എന്റെ മനസ്സിന്റെ അവിടവിടങ്ങളിൽ പാളിനോക്കി, എന്നെ പിന്നിലുപേക്ഷിച്ച്, എവിടേക്കോ പോയ മോഹൻ. ഞാൻ മോഹനെ പ്രേമിച്ചിരുന്നോ? അറിയില്ല. പക്ഷേ, എനിക്കയാളെ ഇഷ്ടമായിരുന്നു. അന്നും, ഇന്നും. അയാളുടെ ദിൽരുപ കേൾക്കാൻ ഞാനെന്നും സന്നദ്ധയാണ്. അതിനപ്പുറം ഒന്നുമുണ്ടായിരുന്നില്ലെന്ന് വിശ്വസിക്കാൻ

ഞാനിഷ്ടപ്പെടുന്നു. എന്നിട്ടും നീറിനില്ക്കുന്നു, എന്തോ ചിലത്.

ചില ഏകാന്തതകളിൽ, ചില വൈകുന്നേരങ്ങളിൽ, ചില കീർത്തനങ്ങളിൽപ്പോലും പറയാനാവാത്ത, നിഷേധിക്കാനാവാത്ത, എന്തോ ചിലത്. ഒന്നിനും അലിയിച്ചു കളയാനാവാത്ത എന്തോ ചിലത്. കാലമേറെക്കഴിഞ്ഞിട്ടും കല്ലിച്ചു കിടക്കുന്നു ഞങ്ങൾക്കിടയിൽ, കൃഷ്ണനിറത്തിൽ. കൃഷ്ണാ നീ ബേഗേനേ ബാറോ. എന്തിന്? എവിടേക്ക്?

മൂന്ന്

ചന്ദ്രശേഖറിൽനിന്ന് ഞാനെന്തൊക്കെ പ്രതീക്ഷിച്ചുവെന്ന് എനിക്ക് തീർച്ചയില്ല. അതൊരു തികഞ്ഞ, എല്ലാം മറക്കാൻ കഴിയുന്ന, ഒന്നാവുന്ന ഒരു കൂടിക്കാഴ്ചയാക്കാൻ ഇരുവർക്കും കഴിഞ്ഞിരുന്നില്ല. എന്നാൽ പ്പോലും കൈവിടാൻ മടിക്കുന്ന ഒരുതരം തീക്ഷ്ണഭാവത്താൽ ഇരുവരും വല്ലാതെ ലീനരായിരുന്നു. ദുഃഖിതരായിരുന്നു. ഒരു നിമിഷത്തെ സ്വകാ ര്യത എനിക്ക് നല്കിക്കഴിഞ്ഞാൽ അകമഴിഞ്ഞു സ്നേഹിക്കുന്ന ഭാര്യ യുടെ ഓർമ്മ അയാളെ വേദനിപ്പിച്ചിരുന്നു. അതൊരിക്കലും ചന്ദ്രശേഖർ എന്നോട് സമ്മതിച്ചിരുന്നില്ല. പക്ഷേ, അയാളെപ്പോലെ സത്യസന്ധനായ ഒരു ഭർത്താവിന് അതിനേ കഴിയൂ എന്നെനിക്കറിയാം. ദുർബ്ബലനായ ഭർത്താവും നല്ല സുഹൃത്തും.

എന്റെ കണ്ണുകളുടെ ആഴത്തിലാഴത്തിലേക്ക് ഉറ്റുനോക്കിക്കൊണ്ട് അയാൾ പറയുമായിരുന്നു: “നല്ല കണ്ണുകൾ. പ്രകാശം നിറഞ്ഞ, കുസൃതി നിറഞ്ഞ കണ്ണുകൾ.” അയാൾ എന്റെ കണ്ണുകളിൽ ഉമ്മവെച്ചു.

“ഞാൻ പടികടന്നു വരുമ്പോൾ നിന്റെ ഈ കണ്ണുകൾ വല്ലാതെ തിള ങ്ങുന്നു. ഈ കണ്ണുകൾ നമുക്കിടയിലെ എല്ലാം വെളിപ്പെടുത്തുമോ എന്ന് ഞാൻ പേടിക്കുന്നു.” ഞാനൊന്നും മിണ്ടിയില്ല. ഞാനപ്പോൾ ചിന്തിച്ചത് ചന്ദ്രശേഖറിന്റെ പ്രണയത്തെ നിലനിർത്താൻ എന്നിലെ എന്തൊക്കെ എനിക്ക് ഒളിപ്പിച്ചുവെക്കേണ്ടി വരുമെന്നതിനെക്കുറിച്ചാണ്. എന്തൊക്കെ എനിക്ക് നഷ്ടപ്പെടുത്തേണ്ടിവരും? എന്തൊക്കെ എന്നിൽ മരിക്കുന്നു ണ്ടാവും?

ഞാൻ ജനാലയ്ക്കരികിൽ പോയിനിന്നു. അമ്മ മുറ്റത്ത് കോലം വര യ്ക്കുന്നുണ്ടായിരുന്നു. അമ്മയുടെ കൈയിൽ രണ്ടുമുഴം പിച്ചിപ്പൂമാല ഇരു ന്നിരുന്നു; എനിക്കുള്ളത്. സംഗീതം. സുഗന്ധം. പ്രണയം. ഞാൻ തിരിഞ്ഞു

നോക്കി. ചന്ദ്രശേഖർ എന്നെത്തന്നെ നോക്കി കിടന്നിരുന്നു. അയാൾ എഴുന്നേറ്റ് അരികിലേക്ക് വന്നു.

"ഇന്നെന്താ വല്ലാതെ ദുഃഖിതയെപ്പോലെ."

എല്ലാ വാതിലുകളും മലർക്കെ മലർക്കെ തുറന്ന് എല്ലാമെല്ലാം ഉച്ചത്തിൽ വിളിച്ചുപറയണമെന്ന് എനിക്ക് തോന്നി. പക്ഷേ, എല്ലാം ഒരു വിതുമ്പലിലൊതുക്കി ഞാൻ മെല്ലെ മെല്ലെ ഇത്രമാത്രം പറഞ്ഞു.

"ഞാൻ പലതും ഓർക്കുന്നു."

"എന്ത്? എല്ലാം എന്നോട് പറയൂ. പിന്നെന്തിനാണ് ഞാൻ?"

'ഇതൊന്നും നിങ്ങൾ അറിയേണ്ടതല്ലല്ലോ.' ഞാൻ വിചാരിച്ചു. 'ഈ പ്രണയം നമുക്കെന്തിനാണ് ചന്ദ്രശേഖർ? ഇതിനെ പ്രണയമെന്ന് വിളിക്കാൻ ധൈര്യപ്പെടുമോ നമ്മൾ? എല്ലാം തകർത്തൊഴുകുന്ന ഒരു പ്രണയമാഘോഷിക്കാൻ നമുക്ക് എന്നെങ്കിലും കഴിയുമോ?'

അയാൾ എന്നെ വീണയുടെ അടുത്തേക്ക് കൂട്ടിക്കൊണ്ടുപോയി.

"എന്തെങ്കിലും വായിക്കൂ. മംഗളരാഗം. മദ്ധ്യമാവതിയാകട്ടെ. മനസ്സ് നേരെയാവാൻ."

ഞാൻ മീട്ടിയത് ദർബാരി കാനഡയാണ്. മനസ്സും ശരീരവും ഒരുപോലെ ശോകംകൊണ്ട് വിറച്ചു. വിങ്ങി വിങ്ങി നില്ക്കുന്ന രാഗഭാവം. ചന്ദ്രശേഖർ നൊടിയിടയിൽ എഴുന്നേറ്റ് എന്റെയടുത്തേക്ക് വന്നു. എന്നെ വാരിയെടുത്ത് ചെവിയിൽ വേദനയുടെ ശബ്ദത്തിൽ യാചിച്ചു.

"അരുത്. അരുത്. നീയെത്രയോ അർഹിക്കുന്നുവെന്ന് എനിക്കറിയാം. മറ്റൊന്നിനും കഴിഞ്ഞില്ലെങ്കിലും നീയറിയണം. എന്റെ മനസ്സിൽ മറ്റാർക്കും കഴിയാത്തവിധം നീ നിറഞ്ഞുനില്ക്കുകയാണ്. ആനന്ദാമൃതവർഷിണിയായ്, അമൃതവർഷിണിയായ്."

ആവാം. ആവാം.

കണ്ണീരിനിടയിലും എനിക്ക് ചിരിക്കാൻ തോന്നി. പക്ഷേ, ഈ പറഞ്ഞതിനും ചെയ്തതിനുമൊക്കെ ഇനി എന്തൊക്കെ പ്രായശ്ചിത്തങ്ങൾ നിങ്ങൾ ചെയ്യേണ്ടിവരും ചന്ദ്രശേഖർ.

അതിനുള്ള മറുപടി തീക്ഷ്ണമായിരുന്നു. എനിക്ക് തടയാനാവാത്തപോലെ. എനിക്ക് മുന്നോട്ടു മാത്രമേ ഒഴുകാനാവൂ. മുന്നോട്ട്, മുന്നോട്ടു മാത്രം.

ഒടുവിൽ, ഒടുവിൽ, അയാൾ എന്റെ ചെവിയിൽ ചോദിച്ചു.

"ഏതായിരുന്നു ഈ രാഗം?"

"പൂർവികല്യാണി."

ഞാൻ മറുപടി പറഞ്ഞു.

നാല്

ദിവസങ്ങളോളം ചന്ദ്രശേഖരെ കാണാതാവുമ്പോൾ എനിക്ക് അത്ഭുതം തോന്നുന്നില്ല. അതിനേ അയാൾക്ക് കഴിയൂ. ഉരുകുന്ന മന സ്സോടെ അയാൾ ഏതൊക്കെയോ കടൽത്തീരത്ത് അലയുന്നുണ്ടാകും. ഒരു പുസ്തകവും തുറന്ന് മുറിക്കുള്ളിൽ പൂട്ടിയിരിക്കുന്നുണ്ടാവും. ബീറ്റിൽസും ഡ്രമ്മും ഭ്രമാത്മകമായി മുഴക്കുന്ന ചടുലതാളങ്ങൾ നിറഞ്ഞ ഏതൊക്കെയോ കാസറ്റുകൾ അലറിപ്പാടിച്ച് അയാൾ വീണുകിടന്ന് കിത യ്ക്കുന്നുണ്ടാവും. ഒരു പ്രണയത്തിന്റെ പിൻവഴികൾ. ഏറക്കുറെ ഒറ്റപ്പെട്ട ഒരു ജീവിതത്തിലൂടെ മുന്നേറിയ എനിക്ക് ഇതൊന്നും പുതിയ വേദനക ളായിരിക്കില്ല. വിളറിയ ചന്ദ്രക്കലയും നോക്കി ഞാൻ കോലായിലിരുന്നു.

നിധിചാലസുഖമാരാമുനി
സന്നിധിസേവ സുഖമാ.

ഒരു ഞായറാഴ്ചയുടെ വിജനതയിൽ നിറസന്ധ്യക്ക് വീണ്ടും ചന്ദ്ര ശേഖർ എന്നെ തേടിയെത്തി. യാത്രയുടെയും അലച്ചിലിന്റെയും കറുത്ത പാടുകൾ, മുഖമാകെ. ഏതൊക്കെയോ കനത്ത പുസ്തകങ്ങൾ, കൈ സഞ്ചിയിൽ. രബീന്ദ്രസംഗീതത്തിന്റെയും ബിലഹരിയിലെ ദൊരഗുണാ യുടെയും കാസറ്റുകൾ. ഇതിനിടയിലെങ്ങും എനിക്കൊരു കൈ പിച്ചി പ്പൂവ്? എഴു സ്വരങ്ങളും തുളുമ്പുന്ന മായാമാളവഗൗളയാണല്ലോ ഞാൻ.

കഴിഞ്ഞ ദിനങ്ങളിലെ വേദനയുടെ ഇടർച്ച ബാക്കിയായിരുന്നു എന്നിൽ. എപ്പോഴോ ആടിത്തീർത്ത ഒരു പഴയ പദത്തിന്റെ തീക്ഷ്ണത അതേപടി നിലനിർത്താനാവാതെ ഞാൻ അമ്പേ തകർന്നിരുന്നു.

“എരിതീയിലേക്കെന്നപോലെ വീണ്ടും ആകർഷിക്കപ്പെടുകയാണ് ഇല്ലേ?”

ഞാൻ ചോദിച്ചു.

എല്ലാ ചോദ്യങ്ങൾക്കും ഉത്തരം കിട്ടില്ല.

ചന്ദ്രശേഖർ പറഞ്ഞു.

"എന്നെ വിട്ടുപൊയ്ക്കൊള്ളൂ. വേഗം. വേഗം."

"കഴിയില്ല. എനിക്ക് കഴിയില്ല."

താടിരോമങ്ങൾ എന്റെ കവിളിലുരസി അയാൾ ക്ഷീണത്തോടെ ചോദിച്ചു.

"മടുത്തോ?"

അതിനെനിക്ക് മറുപടി പറയാൻ ആവില്ലല്ലോ. അയാൾ കൈകൾ നീട്ടിയപ്പോൾ ഞാൻ പതുക്കെ പറഞ്ഞു.

"വേണ്ട."

"എന്തു പറ്റി?"

"തിടുക്കം കലർന്ന രതിയും പ്രണയവും എല്ലാമെല്ലാം ഞാൻ വെറുക്കുന്നു."

"ഞാൻ കരഞ്ഞിരുന്നു." ചന്ദ്രശേഖർ വേദനയോടെ മന്ത്രിച്ചു.

"കരഞ്ഞോളൂ. എല്ലാം കരഞ്ഞു തീർത്തോളൂ. ഇഷ്ടപ്പെടുന്ന ആളിന്റെ സാമീപ്യത്തിൽ കരയാൻ കഴിയുന്നത് ഭാഗ്യമാണ്. നമ്മുടെ രതി പ്രണയത്തിൽ നിന്നുണ്ടാവുന്നതാണ്. പ്രണയത്തിന്റെ ആവേശത്തിൽനിന്ന്. മോഹത്തിൽനിന്ന്. രതിയിൽ അലിഞ്ഞില്ലാതാവാൻ നമുക്ക് കഴിഞ്ഞിരിക്കില്ല. ഞാനത് സമ്മതിക്കുന്നു."

സംഗീതത്തെയും പ്രണയത്തെയുംക്കുറിച്ച് സംസാരിച്ചു കിടക്കുമ്പോൾ നേടി എന്ന് ഞാൻ കരുതിയത് എന്തായിരുന്നു?

"നീ എന്റെ മനസ്സാണ്. മനസ്സിന്റെ സംഗീതമാണ്. പ്രണയമാണ്. പ്രണയത്തിന്റെ തൃഷ്ണകളാണ്. അവൾ എന്റെ രതിയും. നിങ്ങൾ ഇരുവരിലൂടെയുമേ എനിക്ക് ജീവിതത്തെ നിലനിർത്താനാവൂ."

ഞാൻ ചന്ദ്രശേഖറിന്റെ കൂർമ്മബുദ്ധി തെളിയുന്ന, അതീവശാന്തമായ കണ്ണുകളിലേക്ക് നോക്കി. അവിടെ തിരയടിച്ചിരുന്നത് വേദനയുടെയും വിട്ടു പിരിയാൻ മടിക്കുന്ന സ്നേഹതൃഷ്ണയുടെയും ഒരു വലിയ കടലായിരുന്നു. കൂറ്റൻ തിരകളുയർത്തി, പാറക്കെട്ടുകൾ തകർത്ത്....

അയാളുടെ കഴുത്തിലെ വിയർപ്പുമണികളിൽ മുഖമണച്ച് ഞാൻ മന്ത്രിച്ചു.

"ഞാനൊരു ദേവദാസിയാകാൻ മോഹിക്കുന്നു. ആടിയാടിത്തളരാൻ. പാടിപ്പാടി നേർക്കാൻ. രാത്രിക്കൊപ്പം ലയിക്കാൻ. തന്ത്രികൾക്കൊപ്പം തകരാൻ."

"ദേവദാസിത്വം ജീവിതത്തിന്റെ, മനസ്സിന്റെ അന്തമറ്റ വിഭ്രമപ്പാച്ചിലുകൾക്കുള്ള മറുപടിയാണ്. ചന്ദ്രശേഖർ പറഞ്ഞു. അതുകൊണ്ടാണത് ദൈവീകമായി വ്യവഹരിക്കപ്പെട്ടത്. സംഗീതവും പ്രണയവും രതിയും ദൈവീകമാണ്. പക്ഷേ, കാമാട്ടിപുരത്തെ അവശേഷിക്കുന്ന ദേവദാസികൾ ഇന്ന് വേശ്യാവൃത്തി ചെയ്യുന്നത് നല്ല വസ്ത്രങ്ങൾക്കാണ്. നല്ല ഭക്ഷണങ്ങൾക്കാണ്. തുടർന്നുപോന്ന ജീവിതത്തിന്റെ നിറങ്ങൾ ആസ

ക്തമായി നിലനിർത്താൻ. ശീലങ്ങളെല്ലാം ജീവിതത്തിന്റെ അഭിവാഞ്ഛ കളാവുകയാണ്. എന്തൊക്കെ നമുക്ക് നഷ്ടപ്പെടുന്നു."

"ദേവദാസിത്വം നിറഞ്ഞ എന്റെ മനസ്സിൽ ഞാൻ നിങ്ങളുടെ സ്ഥാനം അന്വേഷിക്കുകയാണ്." ഞാൻ പറഞ്ഞു. "എന്നിലെ സംഗീതത്തിൽ. സ്വര സ്ഥാനങ്ങളിൽ. പ്രണയത്തിൽ."

"ഞാൻ എല്ലാമാകുന്നില്ലേ?"

അയാൾ ചോദിച്ചു.

"അറിയില്ല. നിങ്ങൾ എനിക്ക് ഈശ്വരനായിട്ടില്ലാത്തതുകൊണ്ട് എനിക്ക് കൈകൂപ്പാനാവുന്നില്ല. മനുഷ്യനിലേക്ക് താഴാത്തതുകൊണ്ട് സ്നേഹിക്കാനും. ഭക്തിക്കും പ്രണയത്തിനുമിടയിൽ നിലയുറപ്പിച്ചിരി ക്കുന്ന നിങ്ങൾ ആരാണ്?"

"അല്പം സമയംകൂടി എനിക്ക് തരൂ. എന്നോടല്പം കൂടി ക്ഷമ കാണിക്കൂ."

ചന്ദ്രശേഖർ പരിക്ഷീണനായിരുന്നു. എത്രയോനേരം ഞങ്ങൾ നിശ്ശ ബ്ദരായിക്കിടന്നു. ഇടയ്ക്ക് കുട്ടികളുടെ ഇരട്ടസ്വരങ്ങളും ധാട്ടുസ്വരങ്ങളും കേട്ടു.

ചന്ദ്രശേഖർ പോയിക്കഴിഞ്ഞപ്പോൾ ഞാൻ അമ്മയുടെ അടുത്തേക്ക് ചെന്നു. രണ്ടു മുഴം പിച്ചിപ്പൂവ് അമ്മ എനിക്ക് നീട്ടി. അപ്പോഴും അതീവ ശാന്തയായി അമ്മ മുന്നോട്ട് മുന്നോട്ട് തന്നെ ഒഴുകിക്കൊണ്ടിരിക്കുന്നു. ആദ്യമറിഞ്ഞ തംബുരുനാദംപോലെ അതെന്റെ സിരകളെ ത്രസിപ്പിച്ചു. അമ്മേ, ഒന്നും നേടാത്ത രതി എനിക്കാവശ്യമായിരുന്നില്ല. എല്ലാം നേടാ നാവുന്നില്ലെങ്കിൽ ഒരു പ്രണയംപോലും. ഞാനിനി മുന്നോട്ടേ ഒഴുകൂ. കൃഷ്ണനിറമുള്ള പ്രണയമായി. കൃഷ്ണ നിറമാർന്ന സംഗീതമായി. ഏഴു നിറങ്ങളും നിറഞ്ഞ മായാമാളവഗൗളയായി.

അമ്മ ഒരു മന്ദഹാസത്തോടെ എഴുന്നേറ്റ് അകത്തേക്കു പോയി. പുറത്ത് കൃഷ്ണപക്ഷത്തിന്റെ ഇരുൾ. പിൻനിലാവാണ്.

എള്ളും പൂവും

ഒന്ന്

നഗരത്തിൽ സ്വന്തമായി ഒരു വീടുണ്ടാവണമെന്ന ചിന്ത ഒരിക്കൽപ്പോലും മനസ്സിൽ വന്നിട്ടുള്ള കാര്യമല്ല. ജോലി കിട്ടി നഗരത്തിലെത്തുമ്പോൾ ഒരു പരിചയക്കാരൻപോലും ഇവിടെയുണ്ടായിരുന്നില്ല. പറിച്ചുനടീലിന്റെ അരക്ഷിതാവസ്ഥ. പൊരുത്തപ്പെടാനാകാത്തതിന്റെ അസ്വസ്ഥത. എന്നിട്ടും, നഗരത്തിലെ പ്രഭാതങ്ങൾ കണ്ടുണരുകയും കൊതുകുകൾ ഇരമ്പിയാർക്കുന്ന ഒരു കിടക്കയിൽ ഉറങ്ങുകയും ചെയ്തുകൊണ്ടിരുന്നു.

ഇവിടെ ഞാനെന്റെ ജീവിതത്തെ വൃഥാ പടർത്താൻ ശ്രമിക്കുകയാണ്. ഈ നഗരത്തിന് എന്നെയും എനിക്ക് ഈ നഗരത്തെയും ഉൾക്കൊള്ളാനാവുമെന്ന് തോന്നുന്നില്ല.

സൗമിനിചേച്ചിക്ക് എഴുതി.

ഇഷ്ടപ്പെടുന്നിടത്തുതന്നെ ജീവിതത്തെ പടർത്താനാവില്ല അനിയാ. സൗമിനിചേച്ചിയുടെ ഫിലോസഫി. പടരേണ്ടിവരുന്നിടത്ത് ജീവിതത്തെ സ്നേഹിച്ചുതുടങ്ങുക. നീയിനിയും അതിന് ശ്രദ്ധിക്കുന്നില്ല.

എന്താണിവിടെ ജീവിതം? ചോദിക്കണമെന്നുണ്ട്. എന്നിട്ടും നാരായണൻനായരുടെ കത്തിരിക്കാ സാമ്പാറിനെയും മുരിങ്ങക്കാ സാമ്പാറിനെയും ആശ്രയിച്ച് ദുഃഖിതനെപ്പോലെ നഗരവീഥികളിൽ തെണ്ടിനടന്നു. കത്തിരിക്കാ സാമ്പാറിന് വിടപറഞ്ഞ് പുതിയ നിർവ്വചനങ്ങൾ കണ്ടെത്താൻ ശ്രമിച്ചുകൊണ്ട്, വല്ലപ്പോഴും മറ്റു നരഭോജി ഹോട്ടലുകളെ ആശ്രയിക്കേണ്ടിവന്നപ്പോൾ, പഴ്സ് കാലിയാവുകയും തുടർന്നുള്ള ദിനങ്ങളിൽ മൂന്നുനേരവും നായരെ ആശ്രയിക്കേണ്ടിവരികയും ചെയ്തു.

ചെലവു ചുരുക്കൽ പദ്ധതിയോട് അനുകൂലിച്ചുകൊണ്ടാണ് ദാസിനും ജോർജ്ജിനും മണിയനുമൊപ്പം ഒരു വീടിന്റെ പോർഷൻ വാടക

യ്ക്കെടുത്ത് മാറിയത്. സെൽഫ് കുക്കിങ്, ഷോപ്പിങ് - ജീവിതത്തിന്റെ മറുപുറത്തേക്ക്. സെൽഫ് കുക്കിങ് മടുക്കുമ്പോൾ ഒരു ഔട്ടിങ്. ഒരു കുടുംബജീവിതത്തിന്റെ പാറ്റേൺ അങ്ങനെ അറിയാതെ പരിശീലിച്ചു പോയതാണ്.

നഗരം ഒരു കൂടായിരുന്നു. പുറത്തേക്ക് കടക്കാനുള്ള വഴികളെല്ലാം അടയ്ക്കുന്ന ഒരു കൂട്.

ഏജീസ് എംപ്ലോയികളുടെ വിധിയാണെടോ. ഇവിടെത്തന്നെ ജനിക്കുക. ഇവിടെത്തന്നെ മരിക്കുക. എന്തൊരു പേട്രിയോട്ടിസം. പെണ്ണും കെട്ടി കൂടാൻ നോക്ക്. വയസ്സ് പത്ത് മുപ്പത്തിരണ്ടായില്ലേ?

പിള്ളയാണ് അതിനൊരു വഴിമരുന്നിട്ടത്. വിവാഹത്തോടെയാണ് വീടുതെണ്ടലിന്റെ മഹത്തായ അദ്ധ്യായങ്ങൾ ആരംഭിച്ചതും.

ഓരോ മാസവും വാടകത്തുക മാറ്റിവെക്കുമ്പോൾ വീട്ടുടമസ്ഥനോടുള്ള പ്രതിഷേധം വർദ്ധിക്കുകയാണ്.

ശമ്പളം മുഴുവൻ വാടക കൊടുത്ത് തീരുകയേയുള്ളൂ. സാവിത്രിയുടെ മുറുമുറുപ്പ്. ലോണെങ്ങാനുമെടുത്ത് ഒരു വീട് സ്വന്തമാക്കാൻ നോക്കണം.

താല്ക്കാലികമായെങ്കിലും തല ചായ്ക്കാനൊരിടമല്ലേ മുഖ്യം? ഞാൻ പറഞ്ഞു. എന്തു ചെയ്യാം. ഇതൊക്കെ ഇവിടൊരു ബിസിനസാ. സ്വന്തം വീടിന്റെ തൊഴുത്തും സ്റ്റോർ മുറിയും തല്ലിക്കൂട്ടി വാടകയ്ക്ക് കൊടുക്കുക. കാശുണ്ടാക്കുക. ഒരു മനഃസാക്ഷിയുമില്ലാത്ത കുറച്ചാളുകള്.

ദാസനും ജോർജ്ജിനും സ്വന്തം വീടുകളായി. ആപ്പീസിലേക്ക് ബസിന് വരേണ്ടിവരും. എന്നാലും, വീടുകളായി. സ്വന്തമായി ഒരു കൂരയായല്ലോ. എന്നോ ഒരിക്കൽ തിരികെ പോകേണ്ട ഒരാളിന്റെ തിടുക്കം മാത്രമേ എന്നും മനസ്സിലുണ്ടായിരുന്നുള്ളൂ. ഒരു താല്ക്കാലിക ഇടത്താവളം.

അൻപത്തെട്ടാകുംവരെ ഇവിടിങ്ങനെ വാടകയ്ക്ക് ജീവിക്കാനാ പോണേ? സാവിത്രി ചോദിച്ചു. ഒരു വീടുണ്ടാവുന്നത് വലിയ തെറ്റൊന്നുമല്ല. തിരികെ പോയേ ഒക്കുവെങ്കിൽ വില്ക്കാം. ഇല്ലെങ്കിൽ, കുട്ടികൾക്ക് ആർക്കെങ്കിലും കൊടുക്കാം.

അതോടെ വീടെന്ന ആശയം ഉള്ളിൽ ഉഷ്ണിച്ചു പഴുക്കാൻ തുടങ്ങി. വാടക വീടുകളിൽനിന്ന് വാടക വീടുകളിലേക്ക് യാത്ര ചെയ്യുമ്പോൾ അത് മനസ്സിലിരുന്ന് ഞെരുങ്ങുകയാണ്.

ലക്ഷ്മിപ്രിയേടെ വീടിന്റെ ഹൗസ് വാമിങ്ങായി. നമ്മളെന്നാച്ഛാ വീട് വാങ്ങുന്നേ?

മൂത്തവളുടെ ചോദ്യമാണ്.

അച്ഛാ സൗമ്യ എസ്പീടെ വീടിനേക്കാൾ വല്യ വീട് വാങ്ങണം കേട്ടോ. അക്കുട്ടിത്തിരി പൊങ്ങച്ചം കൂടുതലാ.

ഇളയവൾ.

നമ്മള് പണക്കാരോ പാവപ്പെട്ടവരോ?

ഇളയവൾക്കാണ് സംശയം.

അതെന്താ മോളേ അങ്ങനെ?

ഞാൻ ചോദിച്ചു.

നമുക്ക് ബാങ്കിൽ എത്ര ലക്ഷം രൂപയൊണ്ടച്ഛാ?

നമ്മളും വീട് വാങ്ങും. അതിനാ അച്ഛനും അമ്മയും കഷ്ടപ്പെടുന്നത്. മനസ്സിലായോ? സാവിത്രി പറഞ്ഞു. അച്ഛനെ ശല്യപ്പെടുത്താതെ. വാ അമ്മ ചായയുണ്ടാക്കിത്തരാം.

ഒരു വീട് ആവശ്യംതന്നെയാണ്. കുട്ടികൾ വളരുന്നു. അവർക്ക് സുരക്ഷിതത്വം വേണം. ഇവിടെ വരുമ്പോൾ ഒന്നും രണ്ടും ലക്ഷം രൂപാ വില പറഞ്ഞ വീടുകൾക്ക് ഇന്ന് നാലും അഞ്ചും ലക്ഷങ്ങളാണ്.

എങ്ങനെ ഒരു വീടുണ്ടാക്കും? ലക്ഷങ്ങളുടെ കണക്കുകളേ കേൾക്കാനുള്ളൂ.

എടുത്തുചാടണ്ട. സാവിത്രി പറഞ്ഞു. കാലം പോയി. ഇനിയെല്ലാം സാവകാശം ചിന്തിച്ചും കണ്ടും ചെയ്യണം. അതിലും പ്രധാനം കുട്ടികളുടെ പഠിപ്പാണിപ്പോൾ. എന്തൊക്കെ കാര്യങ്ങൾ. എണ്ണിച്ചുട്ട അപ്പംപോലെ കിട്ടുന്ന കാശിൽ ഈ വലിയ ജീവിതത്തെ എങ്ങനെ ഒതുക്കുമെന്നാ ഞാൻ ചിന്തിക്കുന്നത്.

എങ്ങുമെത്തുന്നില്ല. ഒന്നും നേടുന്നില്ല. എവിടെയോ ഒരു അടിപൊളി ഫിലിമിന്റെ ആക്രോശങ്ങൾ. കേബിളാവാം. ഏഷ്യാനെറ്റാവാം. ഏതായാലും അക്രമം വേണം. കൊല്ലും കൊലയും വാഗ്വാദവും വേണം. ജീവിതക്രമങ്ങളെല്ലാം ഇങ്ങനെ കുറച്ച് ശബ്ദങ്ങളായി മാറുകയാണ്. ഒന്നും നേടാത്തവന്റെ മറുപുറമായി മാറുകയാണ് എല്ലാം നേടുന്നവൻ. സാവിത്രീ, നീയും ഞാനും ഈ പരാക്രമങ്ങൾക്കിടയിലെ എടുക്കാത്ത തുട്ടുകളായി മാറിക്കൊണ്ടിരിക്കുകയാണോ?

രണ്ട്

സൗഭാഗ്യ ബിൽഡേഴ്സിന്റെ പരസ്യത്തെ പലപ്പോഴും മുഖാമുഖം നേരിട്ടിട്ടുണ്ട്. പത്രമാസികകളിൽ, റേഡിയോവിൽ, ടി വിയിൽ. സ്വന്തം വീടെന്ന ആശയവുമായി അതിനെ കൂട്ടിയിണക്കുക എന്ന സാഹസികതയ്ക്ക് ഒരിക്കലും തയ്യാറായിട്ടില്ല. സെക്ഷൻ ഓഫീസർ പിള്ള സൗഭാഗ്യയുടെ ഒരു ഫ്ളാറ്റെടുക്കാൻ തീരുമാനിച്ചുവെന്ന വിവരവും പതിവുപോലെ കേട്ട വാർത്തകളിൽ ഉൾപ്പെടുത്തി തള്ളിയതേയുള്ളൂ. പക്ഷേ, പിള്ളയ്ക്കൊപ്പം അപ്പാർട്ടുമെന്റ് കാണാൻ പോയതോടെ മനസ്സ് തകിടം മറിഞ്ഞു. മിനുസമുള്ള തറയും മനസ്സിനിണങ്ങിയ നിറങ്ങളിലെ ചുവരുകളും ആധുനിക സജ്ജീകരണങ്ങളും മനസ്സിനെ സ്വാധീനിച്ചില്ല എന്ന് പറയാനാവുമോ? എന്തുകൊണ്ട് തനിക്കും ഒരു ഫ്ളാറ്റായിക്കൂടാ? ഇനിയും വൈകേണ്ടതുണ്ടോ?

ഒരു കൊല ആസൂത്രണം ചെയ്യും മട്ടിൽ എല്ലാ പഴുതുകളുമടച്ച് വൈകീട്ട് ഓഫീസ് കഴിഞ്ഞെത്തുന്ന സാവിത്രിയെയും കാത്തിരുന്നു. അവളെ കൊതിപ്പിക്കും മട്ടിലായിരുന്നു വിവരണം. മുൻവശത്ത്, പുറത്തേക്ക് തുറക്കാവുന്ന ജനാലയിൽ, ഒരു ചെടി പടർത്താം. ഡ്രോയിങ് റൂമിൽ ഒന്നോ രണ്ടോ അകത്തളച്ചെടികൾ. നല്ല കൊഴുത്ത ഇലകളുള്ള ഇനമായിക്കോട്ടെ. നീളം കുറഞ്ഞ ചെറിയ വരാന്തയിൽ ആന്തൂറിയമാവാം. കുറച്ചു നല്ലയിനം ചെടികൾ ഗാർഡനർ പരമേശ്വരന്റെ സഹായത്തോടെ തെരഞ്ഞെടുക്കാം. ബെഡ്റൂം ചുവരുകൾക്ക് ഓറഞ്ചുനിറം. അങ്ങേയറ്റം സുരക്ഷിതവും.

അവളുടെ മനസ്സും തെല്ലൊന്ന് ആടിയെന്ന് വ്യക്തം. അതുകൊണ്ടാണല്ലോ അക്കൗണ്ട് ബുക്ക് തപ്പിയത്. ചിട്ടിയും ലോണും ബാങ്ക് ബാലൻസും എല്ലാം ചേർന്നിട്ടും വലിയ തുകയാവുന്നില്ല.

ഓ! ഈ മോഹങ്ങളൊക്കെയങ്ങ് ഉപേക്ഷിക്ക്. കുറെക്കൂടി അകത്തേക്ക് കടന്നാൽ ഇതിന്റെ പകുതി വിലയ്ക്കൊരു വീടാകും.

സാവിത്രി എഴുന്നേറ്റു. ഞാൻ നാടകീയമായി തടയുന്നു.

വേണ്ടെന്ന് വെക്കാൻ എളുപ്പമാണ് സാവൂ. നമ്മളിനിയും ഇത്തരമൊരു റിസ്ക് എടുക്കാൻ തുനിയുന്നില്ലെങ്കിൽ ജീവിതത്തിലൊരിക്കലും ഇതൊന്നും നടന്നെന്നു വരില്ല.

ഇത്രയും വലിയ ഒരു തുക എന്നടച്ചു തീരും?

പിള്ളയ്ക്ക് സൗഭാഗ്യ ബിൽഡേഴ്സിനെ പരിചയമുണ്ട്. ഒന്നോ രണ്ടോ വർഷത്തേക്കുകൂടി നീട്ടിവാങ്ങാൻ വലിയ പ്രയാസമൊന്നുമുണ്ടാവില്ല.

അപ്പോഴേക്കും മൂത്തവൾക്ക് എന്താവും പ്രായം?

എന്താവും?

“ങാ! പതിനെട്ട്! മനസ്സിലായോ?”

അഞ്ചു മൈൽ ദൂരത്ത് കടവുള്ളതിന് ഇപ്പോഴേ ഉടുമുണ്ടഴിച്ച് കക്ഷത്ത് വെക്കണോ?

പെൺകുട്ടികളാ. സാവിത്രി പറഞ്ഞു. ചിലപ്പോൾ കക്ഷത്തിലും, കീശയിലും വെക്കേണ്ടിവരും.

സാവൂ, ഇപ്പോൾ ഈ വിലയ്ക്ക് സൗഭാഗ്യയുടെ ഒരു അപ്പാർട്ടുമെന്റ് കിട്ടും. വർഷമൊന്ന് കഴിഞ്ഞോട്ടെ. ഇതിന്റെ വില പിന്നെ ഇരട്ടിയാ. ഞാനേതായാലും തീരുമാനിച്ചു.

പിന്നെന്താ പ്രശ്നം? സാവിത്രി ബാഗ് ഹാംഗറിൽ തൂക്കി. ഇന്നത്തെ അലച്ചിലുകൊണ്ട് മനസ്സ് മടുത്തു. വീട്ടിൽ വന്നാൽ അവിടെയും തരില്ല സ്വൈരം.

അവൾ കനത്ത മുഖത്തോടെ അടുക്കളയിലേക്ക് പോയി. അതേ. ഇപ്പോൾ ഒരു ചൂട് ചായയാണാവശ്യം. ചിന്തകൾക്കും തീരുമാനങ്ങൾക്കും ഒരടുക്കും ചിട്ടയും വരണമെങ്കിൽ ഒരു ചൂടുചായ അത്യാവശ്യം.

അപ്പോൾ തനിക്ക് ബുദ്ധിവെച്ചുതുടങ്ങി ഇല്ലേ? പിള്ള പ്രതികരിച്ചു. വർഷം കഴിയുംതോറും വീടെന്നത് ഒരു ബാദ്ധ്യതയാടോ. നമ്മളൊക്കെ എത്ര കാലം ജീവനോടിരിക്കുന്നു എന്നാര് കണ്ടു? എർലിയർ ദി ബെറ്റർ. എന്റെ പോളിസി അതാണ്.

സൗഭാഗ്യ അപ്പാർട്ടുമെന്റിന് മുന്നിലുള്ള ചെറിയ ക്യാബിനിൽ സൗഭാഗ്യക്ക് രണ്ട് ഇൻചാർജുകൾ ഉണ്ടാവും. രാവും പകലും മാറി മാറി. ഒരു ഫ്ളാറ്റിലേക്ക് ഒരു വിസിറ്റർ വന്നാൽ രജിസ്റ്ററിൽ അയാൾ വന്ന സമയം, പോയ സമയം, ഏത് ഫ്ളാറ്റിലേക്ക്, പേര്, വിലാസം, സന്ദർശന ഉദ്ദേശ്യം ഇവയെല്ലാം രേഖപ്പെടുത്തണം. ഓഫീസ് ജീവനക്കാരായ ഫ്ളാറ്റ് വാസികളുടെ താക്കോൽ ഇൻചാർജിനെ ഏല്പിച്ചു പോകാം. കുട്ടികൾ വരുമ്പോൾ അയാൾ അത് അവർക്ക് കൈമാറും. ചുരുക്കത്തിൽ, ഇൻചാർജറിയാതെ ഒരു ഈച്ചയ്ക്കും സൗഭാഗ്യയിലേക്ക് കടക്കാനാവില്ല. ഇതിലും കൂടുതൽ സുരക്ഷിതത്വം എവിടെ കിട്ടും?

അവിടെ സാവിത്രി വീഴുകതന്നെ ചെയ്തു. പെൺകുട്ടികളുടെ അമ്മയായാൽ എത്ര തീ തിന്നണമെന്നവൾ ദിവസം നൂറു തവണയെങ്കിലും പറയാറുള്ളതാണ്. ദിനപത്രങ്ങളിലെല്ലാം പെൺകുട്ടികളെ തട്ടിക്കൊണ്ടുപോകലിന്റെയും കൂട്ട ബലാത്സംഗത്തിന്റെയും കഥകളാണ്. ഓഫീസ് കഴിഞ്ഞു വീടെത്തുംവരെ സാവിത്രിക്ക് ഒരു സമാധാനവുമില്ല. നാലു മണി മുതൽ ആറുമണിവരെ പല വീടുകളിലും കുട്ടികൾ മാത്രമാണുള്ളത്. ബസിറങ്ങി വീട്ടിലേക്ക് നടക്കുമ്പോൾ, എല്ലാവിധ ദുരന്തങ്ങളെയും നേരിടാനുള്ള ഒരു മാനസികാവസ്ഥ നേടാൻ അവൾ ശ്രമിക്കാറുണ്ട്. ഇപ്പോഴിതാ, സൗഭാഗ്യ. അപരിചിതനായ ഒരാളും സംശയകരമായ ഒരു സാഹചര്യവും സൗഭാഗ്യയിലില്ല.

ഇതെനിക്ക് വലിയ ഒരു റിലാക്സാണ്.

സാവിത്രി അടിയറവ് പറഞ്ഞു.

സൗഭാഗ്യയിലേക്കുള്ള ആദ്യ കാൽവെപ്പ്.

മൂന്ന്

407-ാം നമ്പർ അപ്പാർട്ടുമെന്റായിരുന്നെങ്കിൽ മഴ പെയ്യുന്നതും വേനൽ ജ്വലിക്കുന്നതും എല്ലാമെല്ലാം കണ്ണുകൾ നിറയെ കാണാമായിരുന്നു. അത് പോയിക്കഴിഞ്ഞു. 408 നെ നവജാതശിശുവിനെപ്പോലെ മഴയിൽനിന്നും വെയിലിൽനിന്നും പൊതിഞ്ഞു പിടിക്കുന്ന മട്ടിലായിരുന്നു 407. പിൻവശത്ത് ചെറിയ ഒരു ലോൺ. പുറം കാറ്റേറ്റ് ഇരിക്കാം. തുണികൾ കഴുകി വിരിക്കാം.

ഇതൊക്കെയായിരുന്നോ ഒരു വീടിനെക്കുറിച്ചുള്ള സങ്കല്പങ്ങൾ? സാവിത്രി ചോദിച്ചു. സ്പോൺസർ ഉണ്ടാക്കിത്തന്നെ ഒരു റെഡിമെയ്ഡ് വീടിന്റെ ഭംഗിയും ഒതുക്കവും. പക്ഷേ, രസക്കുറവും.

സങ്കല്പങ്ങളെ ഇവയുമായി രാജിയാക്കാനേ നമുക്കൊക്കെ കഴിയൂ സാവിത്രീ.

ഞാൻ പറഞ്ഞു.

സങ്കല്പങ്ങൾക്കും സ്വപ്നങ്ങൾക്കും ജീവിതത്തിൽ സ്ഥാനമില്ലാതെ വരികയാണ് ഇല്ലേ?

അടുക്കളയിലെ ഇളംപച്ച ടൈൽസ് പാകിയ സിങ്കും ഇളംപച്ച ചുവരുകളും ചൂണ്ടി ഞാനാ ചോദ്യത്തെ ഒരു മറുചോദ്യംകൊണ്ട് നേരിട്ടു.

ഈ കിച്ചൻ എങ്ങനെയുണ്ട്?

നാടോടിക്കഥകളിലെ രത്നശേഖരം കണ്ടപോലെ വിഷമിക്കുകയാണ് ഞാൻ.

ഇഷ്ടമായില്ലേ?

ജീവിതത്തിന്റെ വില മനസ്സിലാക്കിത്തരുന്ന ഒരു കിച്ചനും ഒരു ബാദ്ധ്യതയാണെന്ന് അറിയുകയാണ്.

വീടെന്നുവെച്ചാൽ ഇതൊക്കെ ആയിക്കഴിഞ്ഞു. നമ്മളും മനുഷ്യ

രാണ് സാവിത്രീ.

വിവാഹശേഷം നാലാമത്തെയോ അഞ്ചാമത്തെയോ വീടായിരിക്കുന്നു, ഇപ്പോൾ. വീട്ടുടമ ആജ്ഞാപിക്കുമ്പോൾ മഴയായാലും വേനലായാലും ഉപ്പ് ചിരട്ടവരെ എടുത്ത് പെരുവഴിയിലേക്കിറങ്ങുക. ജീവിതമെന്നുവെച്ചാൽ അടുക്കിപ്പെറുക്കി വെക്കാവുന്നതും നിവർത്തിയാടാവുന്നതുമായ എന്തോ ഒന്നാണെന്ന് തോന്നും. ഒരു കളിക്കോപ്പ്പോലെ, ഒരിടത്തുനിന്ന് മറ്റൊരിടത്തേക്ക്. സ്വന്തമായി ഒരു വീടെന്നുവെച്ചാൽ വീട് എന്നു മാത്രമല്ല അതിനർത്ഥം. മറ്റ് പലതുമാണ്. പലതും. ചിട്ടിയും ലോണും ബാങ്ക് ബാലൻസുമെല്ലാമായിട്ടും ലക്ഷങ്ങളിൽ തട്ടിവീഴുകയാണ്. ഒരു വഴിയും മുന്നിൽ തുറന്നിട്ടില്ല. കാന്റീനിൽ ഒരു ചായയ്ക്ക് മുന്നിലിരിക്കുമ്പോഴാണ് നാടും ചേട്ടനും പറമ്പുമെല്ലാം മനസ്സിലേക്കു വന്നത്. സാഹചര്യങ്ങൾ വിശദമാക്കി ഒരു കത്തയയ്ക്കുന്നതിൽ എന്താണ് തെറ്റ്? അതൊരു വഴിയായിക്കൂടെന്നില്ല. തിരിച്ചും മറിച്ചും ചിന്തിച്ചിട്ടും അപാകതകൾ ഒന്നുമില്ല.

പക്ഷേ, കത്തെഴുതാനിരിക്കുമ്പോൾ വല്ലാത്ത അസ്വസ്ഥത തോന്നി. ചേട്ടന് ഒരു കത്തയച്ചിട്ട് എത്ര കാലമായിട്ടുണ്ടാവും? നാടും വീടുമായുള്ള ബന്ധം എന്നോ അറ്റുപോയതാണ്. എങ്കിലും, മറന്നിട്ടില്ല. അത്രയേ വിചാരിക്കേണ്ടതുള്ളൂ.

ദിവസങ്ങൾക്കുശേഷം നാണ്വമ്മാവന്റെ മകൻ ഓഫീസിലെത്തിയപ്പോൾ എവിടെയോ ജീവിച്ചിരിക്കുന്ന ഒരു ചേട്ടൻ എക്കാലത്തെയും നൊമ്പരമായി മാറുന്നതെങ്ങനെയെന്ന് മനസ്സിലാക്കുകയായിരുന്നു. ചേട്ടൻ മുൻപും അങ്ങനെതന്നെയായിരുന്നു. കത്തിനു പകരം ആളെത്തന്നെ അയയ്ക്കുക.

രവി പറഞ്ഞതു മുഴുവൻ ചേട്ടന്റെ കഷ്ടപ്പാടുകളെക്കുറിച്ചാണ്. ഇപ്പോഴാകട്ടെ വനജയ്ക്ക് ഒരു കല്യാണാലോചനയും വന്നിരിക്കുന്നു. പറമ്പെഴുതി വച്ചാലേ കല്യാണം നടക്കൂ. കുമാരനും ദാമുവും സേതുവും തങ്ങളുടെ ഷെയറുകൾ ചേട്ടന് നല്കാൻ തയ്യാറുമാണ്.

എന്റെ സ്ഥിതിയെല്ലാം ഞാനെഴുതിയിരുന്നതാണ്. ഞാൻ പറഞ്ഞു. ഉടനെ ഒരു മറുപടി പറയുക എന്നുവെച്ചാൽ ബുദ്ധിമുട്ടാണ്.

വൈകിട്ടത്തെ ഇന്റർസിറ്റിക്ക് രവി മടങ്ങിപ്പോയി. സൗഭാഗ്യ അപ്പാർട്ടുമെന്റ് എത്ര പെട്ടെന്ന് ഒരു സ്വപ്നമായി മാറുന്നു! ഒരു കാമുകനെപ്പോലെ മനസ്സ് ഉഷ്ണിച്ചു പഴുക്കുകയാണ്. ഇനി, സൗഭാഗ്യയെ കൈവെടിയാനാവാത്തവിധംപെട്ടുപോയിരിക്കുന്നു.

ചേട്ടനോട് ഷെയർ ചോദിച്ചോ?

സാവിത്രി ചോദിച്ചു.

നിന്നോടാര് പറഞ്ഞു?

ഞാൻ രവിയെ സ്റ്റേഷനിൽവെച്ച് കണ്ടു. നിങ്ങൾക്കെങ്ങനെ കഴിഞ്ഞു അതിന്? അവന്റെ മുന്നിൽനിന്ന് ഞാനാകെ നീറിപ്പോയി.

മറ്റു വഴിയൊന്നും കണ്ടില്ല. എന്റെ സാഹചര്യം മനസ്സിലാക്കാൻ

ചേട്ടനു കഴിയും.

ചേട്ടന്റെ സാഹചര്യം രവി പറഞ്ഞതല്ലേ?

ചേട്ടൻ ചേട്ടന്റെ കാര്യം പറയുന്നു. അതുകൊണ്ട് എനിക്ക് എന്റെ കാര്യം പറയാതിരിക്കാൻ പറ്റുമോ?

നിങ്ങൾക്ക് എന്തു പറ്റി? ചവിട്ടി നില്ക്കുന്ന നിലംകൂടി മറന്നുപോയ പോലെ.

ഇത്തരം ചീപ് സെന്റിമെന്റൊന്നുമല്ല സ്നേഹം, ത്യാഗം.

എനിക്ക് ദേഷ്യം വന്നു.

സ്നേഹത്തിന്റെയും ത്യാഗത്തിന്റെയും അവസരങ്ങൾ മറ്റെന്താണ്?

തുറന്ന മനസ്സ്.

നിങ്ങളിൽത്തന്നെ കിടന്നു ചുറ്റിത്തിരിയുന്ന നിങ്ങൾക്കാണോ തുറന്ന മനസ്സ്?

സാവിത്രി ഒരു ഗദ്ഗദത്തിന്റെ തുടക്കത്തിലായിരുന്നു.

നാല്

ഒടുവിൽ നാണ്വമ്മാവൻതന്നെ വന്നിരിക്കുന്നു. കർക്കിടക മഴയ്ക്കൊപ്പം ചെറിയ മുറ്റവും അകത്തളവും കടന്നുകയറി വന്നത് അമ്മാവൻ തന്നെയാണെന്ന് വിശ്വസിക്കാൻ ബുദ്ധിമുട്ട് തോന്നി. നഗരത്തിലെത്തിയതിനുശേഷം ബന്ധുക്കളെന്ന് പറയാൻ മാത്രം ആരും ഈ വീടിനുള്ളിലേക്ക് വന്നു കയറിയിട്ടില്ലല്ലോ. അമ്മാവൻ വീട് കണ്ടെത്താൻ ബുദ്ധിമുട്ടിയിരിക്കാം. യാത്രയുടെ പ്രയാസങ്ങൾ ബാക്കിനിന്ന് തികട്ടുന്നുണ്ടാവാം. ഇപ്പോഴും അമ്മാവന്റെ ഭാവങ്ങൾ തിരിച്ചറിയാൻ പ്രയാസം തന്നെ.

അമ്മാവനെ അതിഥികൾക്കായുള്ള മുകൾമുറിയിലേക്ക് കൂട്ടിക്കൊണ്ടുപോകാമെന്നാണ് കരുതിയത്. സംഭാഷണം സാവിത്രി കേൾക്കാതെ കഴിക്കുകയും ചെയ്യാം. പക്ഷേ, അമ്മാവൻ കുതിർന്ന മുണ്ടും ജുബ്ബയും പിഴിഞ്ഞു അകമുറിയിലെ തുണിസ്റ്റാന്റിൽ വിരിച്ചിട്ടപ്പോൾ അമ്മാവനെ മറ്റൊരു മുറിയിലേക്ക് കൊണ്ടുപോകുന്നത് അനൗചിത്യമാണോ എന്ന് സംശയം തോന്നി. സാവിത്രി, അമ്മാവൻവന്ന വിവരം അറിഞ്ഞിട്ടില്ല. അവൾ അടുക്കളയിൽ ചപ്പാത്തി ഉണ്ടാക്കുകയാണ്. അമ്മാവന് രാത്രിയിൽ കഞ്ഞിതന്നെയാവും വേണ്ടിവരിക.

ഇവിടെ തട്ടിൻപൊറോം ഒണ്ടോ?

അമ്മാവൻ മുകളിലേക്കുതന്നെ കയറി. ഒപ്പം ഞാനും. പുറത്ത് മഴ കോരിച്ചൊരിയുകതന്നെ. ടെറസിലെ വെള്ളത്തിൽ കുട്ടികൾ കളിവഞ്ചികൾ ഒഴുക്കുന്നു.

അമ്മാവൻ പറയാനാരംഭിച്ചത് ചേട്ടന്റെ ദുരിതങ്ങളാണ്. ഒരുപാടു തവണ കേട്ടതാണ്. അമ്മാവൻ പറഞ്ഞുനിർത്തിയപ്പോൾ എനിക്കുള്ള ഊഴമായി. ഒരു നേരിടലിൽനിന്ന് പിൻവാങ്ങാനാവാത്തവിധം ഞാൻ

കുരുങ്ങിക്കഴിഞ്ഞു.

നഗരത്തിൽനിന്നുതന്നെ തുടങ്ങാം. ഉപ്പുതൊട്ട് കർപ്പൂരം വരെ വിലയ്ക്കു വാങ്ങി, രണ്ടു കുട്ടികളെയും പോറ്റി, ഒരു വാടകവീട്ടിൽ കഴിയുന്നതിന്റെ പ്രയാസങ്ങൾ ഒരിക്കൽക്കൂടി. ഇപ്പോഴത്തെ പ്രശ്നം ഇതാണ്. തന്റെ ഷെയർ താൻ ചേട്ടന് ഇഷ്ടദാനം കൊടുക്കുന്നുണ്ടോ? ഒരുപാട് തവണ ഈ ചോദ്യത്തെ നേരിട്ടതാണ്. ഉത്തരം കണ്ടെത്താനാവാതെ പിൻവാങ്ങിയതുമാണ്. പഠിപ്പിച്ച് ആളാക്കിയ ചേട്ടനോടുള്ള കടപ്പാട് മറ്റെല്ലാവരും ഓർക്കുന്നുണ്ട്. അതിനു മുന്നിൽ മറ്റൊന്നും അവർക്ക് വലുതായി തോന്നുന്നുമുണ്ടാവില്ല. തനിക്ക് മുന്നിലാണ് സൗഭാഗ്യ അപ്പാർട്ടുമെന്റിലെ ഒരു ഫ്ളാറ്റും ചേട്ടനും വന്നു നില്ക്കുന്നത്. ആരെയാണ് തള്ളേണ്ടത്?

ഉറങ്ങാൻ കിടക്കുമ്പോൾ അമ്മാവൻ പറഞ്ഞു:

എനിക്ക് അതിരാവിലെയങ്ങ് പോണം. നൂറൂട്ടം കാര്യങ്ങള് ഇട്ടെറിഞ്ഞു പോന്നതാ. ഒരു പെണ്ണിന്റെ കാര്യല്ലേന്ന് ഓർത്തപ്പോ കള്ളക്കർക്കിടകാന്ന് കൂടി ഓർത്തില്ല.

ആറ് നിറഞ്ഞൊഴുകുന്ന ആടിമാസം. മീനിനെ കുടുക്കാൻ പാകിയ കൂടുകൾ. പോസ്റ്റുമാനും വെറ്റിലക്കാരി പെമ്പിളയും ഇക്കര കയറുന്നുണ്ടാവില്ല. ഊത്തമീന്റെ കോരികകളുമായി തിമിർത്തോടുന്ന കുട്ടികൾ.

സാവിത്രി വന്നു കിടന്നു. കിടക്കുന്നതിനു മുൻപായി അവൾ വാതിലും ജനലുമെല്ലാം ശരിക്കടച്ചില്ലേ എന്നൊരിക്കൽക്കൂടി പരിശോധിച്ചു. നാണ്വമ്മാവന്റെ വരവിനെക്കുറിച്ച് അവൾ എന്തെങ്കിലും സംസാരിക്കുമെന്ന് കരുതിയത് വെറുതേയായി. അത് ബോധപൂർവ്വം തന്നെയാവാം. പരസ്യവാചകത്തിലേതുപോലെ, ഒരു ഗുഡ്നൈറ്റ് നിദ്രയിലേക്ക് അവൾ പറന്നുപോയിക്കഴിഞ്ഞു. ഇനിയിപ്പോൾ ഈ പെരുമഴയും ഞാനും. പോരാ. വില്ലനായ ഞാനും ഈ പെരുമഴയും. മൂന്നാലു ദിവസത്തേക്ക് കുടുംബക്കാരും വീട്ടുകാരും മൂക്കത്ത് വിരൽവെക്കും. പിന്നീടവർക്ക് പുതിയ പുതിയ വാർത്തകൾ കിട്ടും. അവർ അതിനു പിന്നാലെ പൊയ്ക്കൊള്ളും.

മൂന്നാലുകൊല്ലം ചവിട്ടിത്തള്ളിയാൽ ലോൺ അടഞ്ഞുതീരും. അതു കഴിഞ്ഞാൽ ഒരു ടൂവീലർ എടുക്കാം. ശശി എത്രയോ കാലമായി ഒരു പേജറിന്റെ റിക്വസ്റ്റുമായി പിന്നാലെ നടക്കുന്നു. ഇവിടെ ജീവിതം തീർത്തും വ്യത്യസ്തമാണ്. അഥവാ, ഇങ്ങനെയൊക്കെയല്ലാതെ ഇവിടെ ജീവിതം കൊണ്ടുപോവുക അസാദ്ധ്യം തന്നെയാണ്.

കർക്കിടകം പിറന്നാൽ ഒരു രാമായണം വീട്ടിൽ വേണ്ടായോ? നീ എന്താടാ ഒരു രാമായണം വാങ്ങിവെക്കാത്തത്?

രാവിലെ കുളി കഴിഞ്ഞുവരുമ്പോൾ നാണ്വമ്മാവൻ ചോദിച്ചു.

ഒരു വാടക വീട്ടിൽ ഇതൊക്കെ വാങ്ങിവെച്ചിട്ടെന്താ?

ഞാൻ ചോദിച്ചു. തുറന്നുകിട്ടിയ ആ പാതയിലൂടെ വെട്ടിക്കയറുക തന്നെ ചെയ്തു.

എല്ലാരും വിചാരിക്കുന്നത് ഞാൻ ഗുരുത്വമില്ലാത്തവനാണെന്നാ.

എന്റെ സാഹചര്യമെന്താ ആരും മനസ്സിലാക്കാത്തത്? രണ്ടു പെൺകുട്ടികളുടെ അച്ഛനാ ഞാൻ. അവരെ സുരക്ഷിതമായി ഒരു കൂരയ്ക്കു താഴെ പാർപ്പിക്കേണ്ടത് എന്റെ കടമയാണ്; ആവശ്യമാണ്.

ഞാനെറങ്ങുന്നു.

നാണ്വമ്മാവൻ കുട നിവർത്തിപ്പിടിച്ചു. മഴ ഒന്നടങ്ങിയിരുന്നു. എങ്കിലും, ആകാശത്തിന്റെ മ്ലാനതയ്ക്ക് കുറവൊന്നുമുണ്ടായിരുന്നില്ല. ടെറസിന്റെ അരികിൽ തോണിയുടെ ശവങ്ങൾ അടിഞ്ഞുകിടന്നു. സൗഭാഗ്യ അപ്പാർട്ടുമെന്റിൽ കുട്ടികൾക്ക് തോണികൾ ഒഴുക്കാൻ കഴിയില്ല. മഴ കാണണമെങ്കിൽത്തന്നെ 407 ന്റെ വരാന്തയിൽ പോയി നില്ക്കേണ്ടിവരും. നഗരത്തിന്റെ മുക്കും മൂലയുംകൂടി അവർ അറിഞ്ഞിരിക്കട്ടെ. ഇനി തിരികെ പോകാൻ ഒരു നാടില്ല; വീടും. കണ്ണുകൾ തെല്ല് നിറഞ്ഞോ.....

മംഗല്യസൂത്രം

ഒന്ന്

വണ്ടി റെയിൽവേ സ്റ്റേഷനിൽ ചെന്നുനില്ക്കുമ്പോൾ മണി ഒൻപത കഴിഞ്ഞിരുന്നു. സാഗർ കോളേജിൽ ക്ലാസ് തുടങ്ങേണ്ട സമയം. ഓരോ ക്ലാസിലേക്കുമുള്ള ടീച്ചർമാരെ തലയെണ്ണിവിടുമ്പോൾ അക്കൂട്ടത്തിൽ രേവതി ഉണ്ടാവില്ല. പ്രിൻസിപ്പൽ ബേജാറായേക്കും. കാരണം, ഇന്ന് തിങ്കളാഴ്ചയാണല്ലോ. രണ്ടു ടീച്ചർമാർ അടുത്ത സ്റ്റോപ്പിലുള്ള മറ്റേ ബ്രാഞ്ചിലേക്ക് പോയിരിക്കും. സാഗർ കോളേജിന് തിരക്കിട്ടു പണിയേണ്ട ദിവസമാണ് തിങ്കളാഴ്ച എന്നർത്ഥം.

ജനനിബിഡമായ ഇടത്താവളത്തിലെ ചായ, കാപ്പി വിളികൾക്കിടയിലൂടെ രേവതി സന്ദർശകമുറിയിലേക്ക് കടന്നു. തലേന്ന് പെയ്ത മഴയുടെ അടയാളങ്ങൾ ചിതറിയ ഹാളിനകത്ത് മൗനം തണുത്തുകിടക്കുന്നു. കസേരകളുടെ മൗനമാണ് സഹിക്കാൻ പ്രയാസം. കാരണം, അവ തലയും ഉടലുമില്ലാത്ത മനുഷ്യരുടെ ആത്മാക്കളെപ്പോലുണ്ട്.

അകത്ത് ഒന്നു രണ്ടു സ്ത്രീകൾ, യാത്രക്കാരികളാവാം. മുടി ചീകുകയും സാരി മാറ്റുകയും ചെയ്യുന്നുണ്ടായിരുന്നു. പൊട്ടിയ കണ്ണാടിയേ ഒഴിവുണ്ടായിരുന്നുള്ളൂ. രേവതി അതിനു മുന്നിൽനിന്ന് മുടി നേരെയാക്കി. പൊട്ട് ഒരിക്കൽക്കൂടി ഉറപ്പിച്ചു. തോൾ വേദനിക്കുന്നുണ്ട്. നീണ്ട യാത്രയുടെ യാതനകളാണ്. എന്നിട്ടും ഉപേക്ഷിക്കാൻ മനസ്സിലാത്ത ഒരു തൊഴിലായി അദ്ധ്യാപനം കൊണ്ടു നടക്കേണ്ടിവരുന്നു. ബാത്റൂം കഴുകുന്ന മദ്ധ്യവയസ്ക പിറുപിറുത്തുകൊണ്ട് പുറത്തേക്കുപോയി. പിന്നാലെ രേവതിയും. ഒരു ചൂടുകാപ്പിയുടെ സ്മരണ കൊതിപ്പിക്കും മട്ടിൽ മനസ്സിൽ ഉരുത്തിരിഞ്ഞെങ്കിലും അവളതിനെ നിർദ്ദയം നിരാകരിച്ചു. പക്ഷേ, ക്യാന്റീൻ പിന്നിടുമ്പോൾ പയ്യൻ വിളിച്ചു ചോദിച്ചു:

"ടീച്ചറമ്മയ്ക്ക് ഇന്ന് കാപ്പിയൊന്നും വേണമെന്നില്ലേ?"

പിടിക്കപ്പെട്ടതുപോലെ രേവതിയൊന്ന് ചമ്മി.

"കറുപ്പഴകാ വണ്ടി ഇന്ന് ഒന്നും രണ്ടും മിനിറ്റല്ല, മുപ്പത് മിനിറ്റാ ലേറ്റ്. ഓടട്ടെ."

അവന്റെ മുഖത്ത് ഒരു ചിരി പരന്നു.

പുറത്തെ തിരക്ക് ഒട്ടൊന്നു ശമിച്ചിരുന്നെന്ന് തോന്നി. റിസർവേഷൻ കൗണ്ടറിനും ക്യാന്റീനുമിടയ്ക്കുള്ള ഇത്തിരി വഴിയിലൂടെ തിരക്കിട്ടു നടന്നു. മുറ്റത്തു നിർത്തിയിട്ടിരുന്ന മെയിൽവണ്ടി ചുറ്റി റോഡിലെത്തുമ്പോൾ ഒഴുകിവരുന്ന പ്രളയജലംപോലെ പുരുഷാരത്തെക്കൊണ്ട് റോഡ് നിറഞ്ഞിരുന്നു. അവർക്കിടയിലൂടെ തിങ്ങിഞെരുങ്ങി രേവതി മുന്നോട്ടുപോയി. പത്തുമിനിറ്റ് നീളുന്ന ഈ നടപ്പ് രേവതി വെറുക്കുന്നു. കക്ഷത്തെ ഗന്ധകമണം ഒളിപ്പിക്കാൻ പെർഫ്യൂം തൂകിയ പുരുഷാരത്തിനൊപ്പം, വായ്നാറ്റം കലരുന്ന സംസാരശകലങ്ങൾക്കിടയിൽ, പിച്ചലിനും തോണ്ടലിനും വിധേയപ്പെട്ട്.

ചാന്ദ്നി ഷോപ്പിങ് കോംപ്ലക്സിന്റെ തിരിവിലെ ക്ലോക്ക് ടവറിനു താഴേക്കുള്ള പടികളിലൂടെ ജനം കുത്തിയൊഴുകി. ട്രെയിൻ യാത്രക്കാർ താഴേക്കും ബസ് യാത്രക്കാർ മുകളിലേക്കും. പെട്ടെന്ന് തിരക്കിനിടയിൽ നിന്ന് ഒരു കൈ രേവതിയുടെ കഴുത്തിനു നേരെ നീണ്ടുവന്നു. എന്തെന്ന് മനസ്സിലാകുംമുൻപ് ആ കൈ രേവതിയുടെ കഴുത്തിലെ മാല പൊട്ടിച്ചുകൊണ്ട് മുകളിലേക്കു പറന്നുപോയി. രേവതി സ്തബ്ധയായി. താഴേക്കിറങ്ങുന്നവരിലാരോ പറഞ്ഞു.

"കുട്ടീ, ഒന്നുകിൽ താഴേക്കിറങ്ങൂ. ഇല്ലെങ്കിൽ മുകളിലേക്ക് പോവൂ. ആളുകളിവിടെ തിക്കുകയാണ്."

"ഓരോന്ന് രാവിലെ കയറുംപറിച്ചിറങ്ങും. പെരുവഴിയിൽനിന്ന് സ്വപ്നം കാണാൻ."

ഒരു പുരുഷൻ അവളെ ധാർഷ്ട്യത്തോടെ തുറിച്ചുനോക്കി. അവളുടെ കണ്ണുകൾ നിറഞ്ഞുതുളുമ്പി. പുരുഷാരം തള്ളിയിറക്കിയ രേവതി താഴത്തെ പടിയുടെ ഓരംപറ്റി നിന്നു. അവൾ ഒരു തകർച്ചയോടെ നെഞ്ചത്ത് കൈവെച്ചു.

ഈശ്വരാ, എന്റെ താലിമാല!

രണ്ട്

ട്രെയിനുകൾ വരുമ്പോഴും പോകുമ്പോഴുമാണ് റോഡിന് ഈ നിറവ്. ക്ലോക്ക് ടവറിനു താഴെയുള്ള പൂക്കടകൾക്കു മുന്നിൽ പരുങ്ങിനില്ക്കുന്ന രത്തൻ അപ്പോഴാണ് മുകളിലേക്കുള്ള യാത്രയ്ക്ക് തയ്യാറാവാറ്. തിരക്കിനിടയിലൂടെയുള്ള യാത്ര ഒരു ഹരമാണ്. ഒരിക്കലും കാണാത്തവർ. ഒരിക്കലും തിരിച്ചറിയാത്തവർ. രത്തൻ ഒരു മൂളിപ്പാട്ടോടെ തലയിൽക്കെട്ടൊന്ന് അഴിച്ചുകുടഞ്ഞു. ചെവിമടക്കിലിരുന്ന ബീഡിയെടുത്ത് കത്തിച്ച് ഒരു പുകവിട്ടപ്പോൾ, ഹാ, എന്താ സുഖം! ഇന്നത്തെ ദിവസം മോശമായില്ല. ഒരലമ്പുമില്ലാതെ സുഖമായിട്ട് സംഗതിയിങ്ങ് കൈയിൽ വന്നു. എസ് എം പി തിയേറ്ററിനു മുന്നിൽക്കിടക്കുന്ന ഓട്ടോറിക്ഷകളിലൊന്നിൽനിന്ന് രാഘവൻ തലനീട്ടി.

"എടേ രത്താ, എന്തരെടേ?"

"പോടാ."

രത്തൻ കനത്തിൽ ആട്ടി. രാഘവൻ പൊട്ടിച്ചിരിച്ചു. "എസ് എം പിയിലിന്ന് രജനീകാന്തിന്റെ സിനിമയാടേ."

"പോടാ."

രത്തൻ തിരിഞ്ഞുനോക്കാതെ തിരക്കിട്ടു തിയേറ്ററിനു മുന്നിലെ ജനത്തെയും കടന്നുപോയി. തിയേറ്ററിനു വലതുവശത്തെ ഇടുങ്ങിയ വഴിയിലേക്ക് കടന്നപ്പോൾ തെറിവിളി കേട്ടു. ചാരായം വാറ്റുന്ന ഗലിയാണ്. വേശ്യകളുടെയും. അമ്പായീടടുത്തുന്ന് ഇന്ന് നൂറുമില്ലിയടിക്കണം.

മുരുകൻകോവിലിന്റെ തിരിവിൽ ചെന്നപ്പോൾ രത്തനൊന്ന് തിരിഞ്ഞുനോക്കി. ആരുമില്ല. അവൻ മെല്ലെ അണ്ടർവെയറിന്റെ കീശയിൽക്കിടന്ന ഉരുവിനെ പുറത്തേക്കെടുത്തു. കണ്ണഞ്ചിക്കുന്ന മഞ്ഞലോഹം. ചെറുചിരിയോടെ അവനത് ചൂണ്ടുവിരലിൽ മുകളിലേക്കുയർത്തി. മൂന്നാല്

പവനുണ്ടാവും. രത്തൻ നടുങ്ങി. മാലയുടെ താഴറ്റത്ത് ഒരു താലി ഞാന്നു കിടന്നാടുന്നു!

കടവുളേ. രത്തൻ നെഞ്ചത്ത് കൈവച്ചു. കടവുളേ. എന്തമാതിരി തപ്പ്. എന്തമാതിരി തപ്പ്.

സുമംഗലിയുടെ സിന്ദൂരം. താനെന്താണ് ചെയ്തത്? രണ്ടു വർഷം മുൻപ് താൻ വിജിയെ കെട്ട്യോളാക്കിയത് രത്തനോർത്തു. വ്ളാത്തിക്കുളത്തിന്റെ വറുതിയിൽ റെഡ്യാരമ്മയുടെ കനിവിൽ വിളമ്പിയ പച്ചരിച്ചോറിനും സാമ്പാറിനും നടുവിൽ ഒരു കഷണം മഞ്ഞൾ കറുത്ത ചരടിൽ കെട്ടി രത്തനത് വിജിയുടെ കഴുത്തിലണിയിച്ചു. ചിന്നയ്യൻ കൊമ്പു വിളിച്ചു. തൂറ്റല് വന്നു ചത്ത പാട്ടി നിറയെ കുരവയിട്ടു. മൂക്കുത്തിയിട്ട ഒരു എള്ളിൻപൂ മൂക്കും മഞ്ഞൾക്കവിളുകളും മാത്രമേ രത്തൻ കണ്ടുള്ളൂ. രണ്ടിഴമുടി പനങ്കാറ്റിൽ വല്ലാതെ പാറിപ്പറന്നു. അവന്റെ കണ്ണുകൾ നിറഞ്ഞു. പാവം പെണ്ണ്.

അവൻ ചുവർ ചാരിനിന്നു.

എന്നോട് മന്നിച്ചിടമ്മാ. മന്നിച്ചിട്.

മൂന്ന്

വീട്ടിലേക്ക് കാലെടുത്തുവെക്കുമ്പോൾ രേവതിക്ക് വല്ലാത്ത അപരിചിതത്വം തോന്നുകയാണ്. എന്തിന്റെ പേരിലാണോ അവൾ ആ വീട്ടിൽ വലതുകാൽവെച്ച് കയറിയത്, അതിന്ന് അവളുടെ പക്കലില്ല. വാടിയ മുല്ല മാലകൾക്ക് നടുവിൽ കണ്ണുകൾക്ക് മുന്നിൽ തലകുമ്പിട്ടുനിന്നത്. പക്ഷേ, മനസ്സിന്റെ എത്രയോ ദൂരങ്ങൾ മോഹനേട്ടനും താനും ഇതിനകം പിന്നിട്ടുകഴിഞ്ഞു. എത്ര കൊടുമുടികൾ!

ഗുളിക എടുത്തുകൊടുക്കുമ്പോൾ അമ്മ ചോദിച്ചു.

"നിനക്കെന്താ രേവതീ ഒരു വല്ലായ?"

അവളുടൻ മറുപടി പറയുകയും ചെയ്തു.

"ഒന്നുമില്ലമ്മേ."

മോഹൻ വരാൻ പിന്നെയും വൈകി. ഒപ്പം സഹപാഠിയുടെ അനിയനെയും കൂട്ടിയാണ് അയാൾ വന്നത്.

"രേവൂ ഞാനിവനെ പട്ടണത്തീന്ന് പിടിച്ചോണ്ടുവരികയാ. അവനവിടെ മുറിയെടുത്ത് കൂടാൻ തുടങ്ങുകയായിരുന്നു."

"അങ്ങനെയല്ല ചേച്ചി." ചെറുപ്പക്കാരൻ ക്ഷമാപണം നടത്തി. "ഏട്ടൻ പ്രത്യേകം പറഞ്ഞിരുന്നു. വണ്ടി ലേറ്റായി. വരുമ്പോ ഓഫീസ് ടൈം കഴിഞ്ഞു. വീട് എനിക്ക് അറിയില്ലല്ലോ."

ഷർട്ടഴിച്ചു തൂക്കുന്നതിനിടയിൽ മോഹൻ പറഞ്ഞു.

"ഏതായാലും അവനോട് പറഞ്ഞേക്ക്, ഞാനിപ്പഴും ജീവനോടെ ത്തന്നെ ഇവിടൊക്കെയുണ്ടെന്ന്."

രേവതി ഇരുവർക്കും ആഹാരം വിളമ്പി. ഇരുവർക്കും ഒരുമിച്ച് കിടക്ക വിരിച്ചിടുകയും ചെയ്തു. ഏറെ നാളുകൾക്കുശേഷം കാണുകയല്ലേ? ഏറെ പറയാനുണ്ടാവും.

ഇടയ്ക്ക് ഒരു ഗ്ലാസ് വെള്ളവുമായി മുറിയിലേക്ക് വന്ന മോഹൻ പറഞ്ഞു.

"അവന്റെ സർട്ടിഫിക്കറ്റിലെന്തോ ആൽഫബെറ്റ് പിശക്. അതൊന്ന് തിരുത്തിക്കണം. നാളെ നേരത്തെ ഇറങ്ങേണ്ടിവരും."

"ആയിക്കോട്ടെ."

ഭർത്താവിലേക്കുള്ള ദൂരവും ഗാഢതയും ഒരു താലിമാലയിലൂടെ യാവുന്നതിലെ ഉപരിപ്ലവതയും അടിത്തറയില്ലായ്മയും രേവതിയെ കുഴക്കി. എന്താണവൾ നാളെ മോഹനോട് പറയുക? ബന്ധുക്കളുടെയും സുഹൃത്തുക്കളുടെയും സാന്നിദ്ധ്യത്തിൽ ഒരു ശുഭമുഹൂർത്തത്തിൽ നിങ്ങ ളെന്റെ കഴുത്തിലണിയിച്ച ആ താലിമാല ആരോ ഓവർബ്രിഡ്ജിൽവെച്ച് പറിച്ചു. ഇനി നമുക്കിടയിൽ എന്ത്? അത് നടുക്കമുളവാക്കുന്നതായിരുന്നു.

അവൾ അമ്മയുടെ അടുത്തേക്ക് ചെന്നു.

"നീ ഉറങ്ങിയില്ലേ?"

അമ്മ ചോദിച്ചു.

"ഉറക്കം വരുന്നില്ലമ്മേ."

"എന്തു പറ്റി?"

"അറിയില്ല."

അവളുടെ കണ്ണുകൾ നിറഞ്ഞു. അമ്മ അട്ടം നോക്കിക്കിടക്കുന്നു; സ്വസ്ഥമായി. ആദ്യരാത്രിയിൽ ദീർഘസുമംഗലിയാവാൻ തനിക്ക് അരു ന്ധതീനക്ഷത്രം കാട്ടിത്തന്ന അമ്മ.

നാല്

തകർന്ന പാലത്തിടുത്ത് ഒരുപാട് മരങ്ങൾ വെള്ളത്തിൽ വീണു ചീയുന്ന ഗന്ധം ശ്വസിച്ചുനില്ക്കുന്ന ഫോട്ടോസ്റ്റാറ്റ്, എസ് ടി ഡി ബൂത്തിനു മുകളിലായിരുന്നു വീരാച്ചാമിയുടെ ഇരിപ്പിടം. ഒരുപാട് ടൈപ്പ്റൈറ്ററുകൾ ഒരുമിച്ച് മുരളുന്ന പഴയ വരാന്ത പിന്നിട്ട് ചൂരൽത്തട്ടിയിലൂടെ വരകളിടുന്ന വെയിലൊന്ന് കണ്ണോടിച്ച് പൊടുന്നനെ മുട്ടേണ്ട വാതിലായിരുന്നു വീരാച്ചാമിയുടേത്. രത്തൻ ചെല്ലുമ്പോൾ എട്ടു വിരലുകളിലെയും കല്ലുമോതിരങ്ങൾ ഇളക്കി തറയിൽ വിരിച്ച മെത്തയിലെ ഉരുളൻ തലയണയിൽ ചാരിക്കിടന്ന് വീരാച്ചാമി തിരുക്കുറൽ മൂളുകയായിരുന്നു.

"ഊട്ടം ഇവറി ഇചൈ വേണ്ടാ ആടവർ
തോറ്റം നിലക്കുപ്പൊറൈ."

"ആടടാ! രത്തനാ. ഇരിക്കിൻ. ഇരിക്കിൻ."

വീരാച്ചാമി ഉപചരിച്ചു.

രത്തൻ ഇരുന്നില്ല.

"ഇരിക്കെടേ. എന്നാ വിഷയം?"

രത്തൻ അണ്ടർവെയറിന്റെ കീശയിൽനിന്ന് ചെയിനെടുത്ത് താലിയൂരി ഒരു പഴയ സിനിമാടിക്കറ്റിൽ പൊതിഞ്ഞ് കീശയിലിട്ട് വീരാച്ചാമിക്ക് നീട്ടി.

ആർത്തിയോടെ അത് പിടിച്ചുപറ്റുമ്പോൾ വീരാച്ചാമി ചോദിച്ചു.

"കട്ടതോ പിടിച്ചു പറിച്ചതോ? കട്ടതാണേൽ റിസ്കാ. പിടിച്ചുപറിയാണേൽ ലൈൻ ക്ലിയർ."

"എത്ര തരും?"

രത്തൻ ചോദിച്ചു.

വീരാച്ചാമി സ്വർണ്ണമുരച്ചുനോക്കി. തലയൊന്നു കുലുക്കി.

"പന്ത്രണ്ടായിരം തരട്ടാ?"

"വേണ്ട. ഇങ്ങെട്."

രത്തൻ മുരണ്ടു.

"പിടിച്ചുപറിച്ച മൊതലാന്നേ! ഇത് വാങ്ങാൻ വീരാച്ചാമിയേ ഒള്ളേ! അറിഞ്ഞ് പേശ് കണ്ണാ."

"അഞ്ച് നൂറുകൂടി തരും."

രത്തൻ മിണ്ടിയല്ല.

വീരാച്ചാമി അകത്തേക്ക് പോയി.

ചൂരൽത്തട്ടിയിലൂടെ പുറത്തേക്ക് നോക്കുമ്പോൾ ഓവൽ ആകൃതിയിലുള്ള ഒരു ഇരുനിറക്കാരിയുടെ മുഖം രത്തനോർമ്മ വന്നു. അവർ തന്നെ കണ്ടിരിക്കുമോ?

രാത്രി വീടെത്തുമ്പോൾ കുട്ടിയും വിജിയും ഉറങ്ങിയിരുന്നു. തള്ള മാത്രം കരിതേച്ച തിണ്ണയിൽ ഒരു ചിമ്മിനിയും കത്തിച്ച് നിധി കാക്കുന്ന ഭൂതം പോലിരുന്നു.

അവൻ ദൂരെനിന്ന് വരുന്നതു കണ്ടപ്പോൾത്തന്നെ തള്ള ബഹളം വെച്ചു.

"വിജി, വിജി, രത്തൻ വന്താച്ച്."

"എന്താ തള്ളേ?"

മുറ്റത്തിരുന്ന അലുമിനിയം ബക്കറ്റിൽ അവൻ ഊക്കിനൊരു തട്ടു തട്ടി.

"കെഴട്ടു ശവം! ചാവാതെ കുത്തിയിരിക്കുന്നു!"

അവൻ കൈയിലിരുന്ന പൊതികൾ അപ്പാടെ തിണ്ണയിലേക്ക് ചൊരിഞ്ഞു.

"ദാ, കൊണ്ടുപോയി ശാപ്പിട്. പോ."

"ഇന്നെവിടാരുന്നെടാ പണി?"

"വല്യ ചോദ്യമൊന്നും ചോദിക്കില്ലേ."

അവൻ തിണ്ണയിലേക്ക് മലർന്നു.

ഈ കോളനിയിലെ ആണുങ്ങൾക്കുള്ളതാണ് മോഷണവും കള്ളുകുടിയും. പെണ്ണിന് പേറും കുട്ടികൾക്ക് ക്ഷയവും. സമത്വസുന്ദരമായ നീലാകാശമേ!

രത്തൻ കാർക്കിച്ചുതുപ്പി.

അഞ്ച്

രേവതി ബ്യൂറോയിലേക്ക് കടന്നുചെല്ലുമ്പോൾ ലേഖകൻ ഒരു ലുങ്കി മാത്രമുടുത്ത് നെഞ്ചത്തെ രോമക്കാട് പ്രദർശിപ്പിച്ച് ഉച്ചത്തിൽ ആരോടോ ഫോണിൽ സംസാരിക്കുകയായിരുന്നു. അവൾക്ക് സങ്കോചം തോന്നു ന്നുണ്ടായിരുന്നു. ട്യൂട്ടോറിയലിലേക്കുള്ള വഴിയിൽ അവൾ നിത്യവും കാണുന്നതാണ് ഈ ബ്യൂറോ. ഒരിക്കൽപ്പോലും അവിടേക്ക് കടന്നുചെല്ലേ ണ്ടിവരുമെന്ന് അവൾ കരുതിയില്ല.

അവളെ കണ്ടപ്പോൾ അയാൾ ഇരിപ്പൊന്ന് മര്യാദപ്പെടുത്തി, ഇരി ക്കാൻ ആംഗ്യം കാട്ടി. പക്ഷേ, സംസാരം അവസാനിച്ചിരുന്നില്ല. അവൾ കുറെ നേരം ചുവരിലെ ഒറ്റക്കൽ മണ്ഡപത്തിന്റെ പെയിന്റിങ്ങും പെൻ സ്റ്റാൻഡുമൊക്കെ നോക്കിയിരുന്നു. ഒട്ടുകഴിഞ്ഞപ്പോൾ ലേഖകൻ ഫോൺ വെച്ചു പുറത്തേക്കു പോയി. ആരോടോ ചായയ്ക്ക് പറയുന്നതു കേട്ടു. തിരികെ വരുമ്പോൾ അയാൾ ഷർട്ടിട്ടിരുന്നു.

“പറയൂ. എന്താ കാര്യം?”

“എനിക്കൊരു പരസ്യം കൊടുക്കേണ്ടിയിരുന്നു.”

അവളുടെ ശബ്ദം വല്ലാതെ വിറച്ചിരുന്നു.

“എന്ത് പരസ്യം?”

“എന്റെ താലിമാല ആരോ ഓവർബ്രിഡ്ജിൽവെച്ച് പൊട്ടിച്ചു.”

ലേഖകൻ നിശ്ശബ്ദനായിരുന്നു. ഒരു പയ്യൻ ചായ കൊണ്ടുവന്നു.

“കുടിക്കൂ. നമുക്കാലോചിക്കാം.”

ചായ കുടിക്കുംവരെ ലേഖകൻ മൗനിയായിരുന്നു.

“നിങ്ങളുടെ.... എന്താ പേര്?”

“രേവതി.”

“ങാ. രേവതിയുടെ മനസ്സ് എനിക്കറിയാനാവുന്നുണ്ട്. ഞാനുമൊരു

ഭർത്താവാണ്. പക്ഷേ, ഇക്കാര്യത്തിൽ നമ്മൾ നിസ്സഹായരാണ്. ഈ നഗരത്തിൽ ദിനംപ്രതി എത്രയോ പിടിച്ചുപറി നടക്കുന്നു. അക്കൂട്ടത്തിൽ ഒന്നായേ ഇതിനെയും കാണാനാവൂ."

രേവതിയുടെ കണ്ണുകൾ നിറഞ്ഞു.

"ഛെ, ഛെ." അയാൾ വിലക്കി. "രേവതി പഠിച്ച കുട്ടിയല്ലേ? കോളേജിലെ കുട്ടികളെയൊക്കെ പഠിപ്പിക്കുന്നവർക്ക് അല്പംകൂടിയൊക്കെ മനോധൈര്യം അത്യാവശ്യമാണ് കേട്ടോ. നോക്കൂ, വേണമെങ്കിൽ നമുക്കൊരു പരസ്യം കൊടുക്കാം. പൊലീസിലും വിവരമറിയിക്കാം. അതുകൊണ്ടെന്തെങ്കിലും ഗുണമുണ്ടാവുമെന്ന് എനിക്ക് തോന്നുന്നില്ല. അവർ സ്ഥിരം കുറ്റവാളികളെയൊക്കെ വിളിച്ചൊന്ന് ചോദ്യം ചെയ്യും. നിരീക്ഷണത്തിലാണെന്ന് പറയുകയും ചെയ്യും. അത്രതന്നെ. എന്തെങ്കിലും ക്ലൂവുണ്ടോ? ആളിന്റെ വിവരണമോ, അടയാളമോ?"

രേവതി ഇല്ലെന്ന് തലയാട്ടി.

"പിന്നെയെന്താ നമുക്ക് ചെയ്യാനാവുക?"

രേവതി എഴുന്നേറ്റപ്പോൾ ലേഖകനും ഒപ്പം എഴുന്നേറ്റു.

"വിഷമിക്കാനില്ല. ഏതായാലും നമുക്കൊന്നു പരസ്യം കൊടുത്തു നോക്കാം. എന്താ?"

രേവതിക്ക് കൃതജ്ഞത തോന്നി.

ആറ്

രാത്രിയിൽ മോഹൻ മുറിയിലേക്ക് വരുമ്പോൾ രേവതി പുറത്തെ നിലാവും കണ്ടിരിക്കുകയായിരുന്നു. ഉറക്കമിളച്ചിരിക്കുന്ന ചില നക്ഷത്ര ങ്ങൾ.

"നല്ല ക്ഷീണം." മോഹൻ പറഞ്ഞു. "നീ കിടക്കുന്നില്ലേ?"

"കിടന്നോളൂ."

രേവതി തിരിഞ്ഞുനോക്കിയില്ല.

തെല്ല് കഴിഞ്ഞപ്പോൾ മോഹൻ എഴുന്നേറ്റ് അവളുടെ അടുത്തേക്ക് ചെന്നു.

"നിനക്കെന്താ ഒരു മൂഡോഫ്? വീട്ടിൽനിന്ന് കത്തെന്തെങ്കിലും വന്നോ?"

"ഏയ്, ഇല്ല."

രേവതി ചിരിച്ചെന്നു വരുത്തി.

"എങ്കിൽ വരൂ. രാവിലെ എഴുന്നേറ്റ് പോകാനുള്ളതല്ലേ? വന്നു കിടക്ക്."

അയാൾ തോളത്ത് കൈവെച്ചപ്പോൾ അവൾ നടുങ്ങിപ്പോയി. കിതച്ചു കൊണ്ടവൾ കൈ തട്ടിത്തെറിപ്പിച്ചു.

"രേവതി."

മോഹൻ പകച്ചു.

"എന്നെ തൊടരുത്."

അവൾ അമർത്തിച്ചീറി.

"നിനക്കെന്തുപറ്റി?"

അയാൾ അമ്പരന്നിരുന്നു.

"നിങ്ങളെന്നെ തൊടരുത്."

"ഞാൻ നിന്റെ ഭർത്താവല്ലേ?"

അയാൾ സംശയിക്കുന്നതുപോലുണ്ടായിരുന്നു.

"ഒരു താലിയാണ് നിങ്ങൾക്കെന്നിലുള്ള അധീശത്വം. അതെന്റെ കഴുത്തിലില്ല."

മോഹൻ പിന്നിലേക്ക് മാറി.

"എവിടെപ്പോയത്?"

"ഓവർബ്രിഡ്ജിൽവെച്ച് അതാരോ പൊട്ടിച്ചു."

ആശ്വാസത്തിന്റെ തളർച്ചയോടെ രേവതി മതിലിലേക്ക് ചാരി. കുറെ കഴിഞ്ഞപ്പോൾ മോഹൻ സംസാരിച്ചു.

"അതാരുടെയും തെറ്റുകൊണ്ടല്ലല്ലോ. നമുക്കതിനെക്കുറിച്ച് സംസാരിക്കാം. ഇപ്പോൾ നീ വല്ലാതെ ക്ഷീണിതയാണ്. വന്നു കിടക്കൂ."

"എന്നെ ഒറ്റയ്ക്ക് വിടൂ."

രേവതി യാചിച്ചു. വേദനയുടെ ഒരു നോട്ടവുമായി മോഹൻ പുറത്തേക്ക് പോയപ്പോൾ രേവതി പൊട്ടിക്കരഞ്ഞു.

അവൾ ദിവസവും ബ്യൂറോയിലേക്ക് ചെല്ലുന്നുണ്ട്.

"ആരും വരുന്നില്ല രേവതീ. കള്ളന്മാർ മുറ തെറ്റാതെ പത്രം വായിക്കുന്നവരാകണമെന്നില്ല. അക്ഷരംതന്നെ അറിയണമെന്നുമില്ല."

ലേഖകൻ പറഞ്ഞു.

"മാല പൊയ്ക്കോട്ടെ. പക്ഷേ, ആ താലി. അതെനിക്ക് വേണം സാർ. ഇല്ലാതെ എനിക്കാ വീട്ടിൽ കഴിയാനാവില്ല."

അല്പംകൂടി കാത്തുനോക്കാം. ആരെങ്കിലും വന്നുകൂടെന്നില്ല.

വിജി വന്നു വിളിച്ചുണർത്തുമ്പോൾ തലേരാത്രിയുടെ കനം കെട്ടിരുന്നില്ല. അവൾ കട്ടൻകാപ്പിയുടെ ഗ്ലാസ് നീട്ടിയപ്പോൾ കഴുത്തിലെ മഞ്ഞൾത്തുണ്ടം ഞാന്നു കിടന്നാടി. അതൊരു ഓർമ്മപ്പെടുത്തലായിരുന്നു. രത്തൻ ചാടിയെണീറ്റു. അണ്ടർവെയറിന്റെ പോക്കറ്റിൽ അത് സുരക്ഷിതമായിക്കിടക്കുന്നു.

രത്തൻ അസ്വാസ്ഥ്യത്തോടെ അകത്തേക്ക് കയറി. തലേരാത്രി പൊതിഞ്ഞു കൊണ്ടുവന്ന ചാരായക്കുപ്പി എടുത്തു. ഛെ, കാലി. ഇതെപ്പോൾ തീർത്തു? ഓർമ്മയില്ല. പൊതിഞ്ഞ പേപ്പറിൽ രജനീകാന്ത്. താഴെ, നാലു വരിയിൽ ഒരു പരസ്യം.

ഏഴ്

ഒരു ട്യൂട്ടോറിയലിലേക്ക് രത്തൻ ഒരിക്കലും പോയിട്ടില്ല. അതുകൊണ്ട് പാഴ്ച്ചെടികൾ മറഞ്ഞുനിന്നു. ട്യൂട്ടോറിയിലിന്റെ ബോർഡ് കണ്ടപ്പോൾ ഒരു ഭീതി തോന്നി. രണ്ടും കല്പിച്ച് റോഡു മുറിച്ചുകടന്നു ട്യൂട്ടോറിയലിനു മുന്നിലെത്തിയപ്പോൾ പൊടുന്നനെ തിരിഞ്ഞു നടക്കാനുള്ള പ്രേരണ ശക്തമായി. വാതിൽ തുറന്നു പുറത്തേക്ക് വന്നയാൾ അടിമുടി നോക്കി.

“എന്താ? എന്തു വേണം?”

രത്തൻ പരസ്യത്തിലെ വിലാസം കാട്ടിക്കൊടുത്തു. അയാൾ ഒന്നുകൂടി രത്തനെ ഉഴിഞ്ഞിട്ട് അകത്തേക്ക് ചെല്ലാൻ ആംഗ്യം കാട്ടി.

ടീച്ചർമാരെല്ലാം ക്ലാസുകളിലേക്ക് പോയിക്കഴിഞ്ഞിരുന്നു. വാതില്ക്കൽ പതുങ്ങിനില്ക്കുന്ന രത്തനെക്കണ്ട് ക്ലാർക്ക് ഉഷ ആദ്യമൊന്ന് അമ്പരന്നു. പിന്നെ, സമനില വീണ്ടെടുത്ത് പുറത്തേക്ക് വന്നു.

“എന്താ വേണ്ടേ?”

രത്തൻ വാ പൊത്തിക്കൊണ്ട് പരസ്യം അവളുടെ കൈയിലേക്ക് കൊടുത്തു.

“രേവതിയായിരിക്കും. ക്ലാസിലാണല്ലോ. ദാ, ആ ബഞ്ചിലിരുന്നോ.”

രത്തൻ കുറ്റവാളിയെപ്പോലെ ബഞ്ചിന്റെ കോണിലിരുന്നു. ഉഷ ചോക്കിന്റെ ഒരു പുതിയ കവർ പൊട്ടിച്ച് മേശപ്പുറത്തുവെച്ചു. ഗണപതിക്കു മുന്നിൽ രണ്ട് ചന്ദനത്തിരി കത്തിച്ചു. പിന്നെ, ബുക്കെടുത്ത് എന്തൊക്കെയോ തെരുതെരെ എഴുതാനാരംഭിച്ചു. ഇടയ്ക്കിടെ തലപൊക്കി രത്തനെ ഒന്നു നോക്കും. വീണ്ടും ബുക്കിലേക്ക് താഴും. ഇവരുടെ വിരലുകൾ തേഞ്ഞുപോവില്ലേ?

കുറെക്കഴിഞ്ഞപ്പോൾ ബെൽ കേട്ടു. കുറെയേറെ സ്ത്രീകൾ ഒരുമിച്ചു

സംസാരിച്ചുകൊണ്ടു കയറിവന്നു. ഇതിലേതാണ് അവർ. ഇരുനിറത്തിൽ, അല്പം കൊഴുത്ത....

"രേവതിക്ക് വിസിറ്ററുണ്ട്."

ക്ലർക്ക് പറഞ്ഞു.

"എനിക്കോ?"

തിരിഞ്ഞപ്പോൾ രത്തൻ ആ മുഖം നന്നായി കണ്ടു. വിഷാദം കലങ്ങിയ നോട്ടം.

രേവതിക്കെന്തെങ്കിലും ചെയ്യാനാവും മുൻപ് രത്തൻ അവളുടെ കാല്ക്കൽ വീണു.

"മന്നിച്ചിടമ്മാ. മന്നിച്ചിട്. പെരിയ തപ്പ്. പെരിയ തപ്പ്."

"ഏയ് എഴുന്നേല്ക്ക്."

രേവതി പറഞ്ഞു.

"ആരാ നിങ്ങൾ? എന്തു വേണം?"

പുറംകൈകൊണ്ട് കണ്ണീർ തുടച്ച് രത്തൻ കീശയിൽനിന്ന് സിനിമാ ടിക്കറ്റിൽ പൊതിഞ്ഞ താലിയെടുത്തു.

"ചെയിൻ വിറ്റുപോച്ചമ്മാ. ഇതു താനിരിക്കും."

"മതി. മതി."

രേവതി നൊടിയിടയിൽ അത് കണ്ണുകളിൽ ചേർത്തു.

"എനിക്കിത് മതി."

സാരിത്തുമ്പെടുത്ത് കണ്ണുകളൊപ്പി അവൾ ചിരിച്ചു.

"എന്താ പേര്?"

"രത്തൻ."

"വീട്?"

"കോളനീല്. ചന്തയ്ക്കടുത്താ. ചുവന്ന പെയിന്റടിച്ചത്."

"ഒരു ദിവസം ഞാൻ വരാം."

രത്തൻ നമസ്കരിച്ചു. പുറത്തേക്കിറങ്ങുമ്പോൾ അവൻ കരുതി: ഇന്ന് കുടിക്കണം. ഉറങ്ങണം.

വൈകീട്ട് മോഹനെത്തുമ്പോൾ രേവതി ഉന്മേഷവതിയായിരുന്നു. അതയാളെ അമ്പരപ്പിച്ചു.

"ഉം, എന്തു പറ്റി?"

"വലിയ ഒരു കാര്യം."

"എന്താണാവോ!"

"എനിക്കത് തിരികെ കിട്ടി മോഹനേട്ടാ. ദാ മോഹനേട്ടൻതന്നെ അതെന്റെ കഴുത്തിലണിയിക്കണം." അയാളൊന്നും മിണ്ടിയില്ല. കുളി കഴിഞ്ഞു വന്നിട്ടും, ഏറെനേരം.

"എന്താ ചിന്തിക്കുന്നത്?"

അവൾ ചോദിച്ചു.

"നമുക്കിടയിൽ ഒരുപാടകലം വന്നുവോ?"

അയാൾ പത്രം താഴ്ത്തി.

"എന്താണിനി നിന്റെ ഉദ്ദേശ്യം? കുറച്ചുനാൾ മറ്റൊരുവന്റെ കൈയിലിരുന്ന ഈ താലി നിനക്കിനി പഴയതുപോലെ ഹൃദയത്തിൽ ചേർക്കാനാവുമോ?"

"ഇതു വെറും മഞ്ഞലോഹമല്ലേ മോഹനേട്ടാ?"

"പിന്നെ, നീയെന്തിനാണ് ഇത്രയും യുദ്ധം നടത്തി അത് തിരികെ വാങ്ങിയത്?"

"എന്റെ ഹൃദയം അതായിപ്പോയതുകൊണ്ട്. എന്റെ മനസ്സ്. ഒരു പക്ഷേ, എന്റെ ജന്മംപോലും."

"അതുകൊണ്ടാണ് പറഞ്ഞത്, നീ വിചാരിക്കുന്ന പരിശുദ്ധി ഇനി അതിനില്ല. നീയത് അയാൾക്കുതന്നെ മടക്കി കൊടുത്തേക്കൂ."

"എന്നിട്ട്?"

"എന്നിട്ട്."

അയാൾ പുറത്തെ ഇരുളിലേക്കിറങ്ങി.

ഒരു നക്ഷത്രംപോലും ഉണർന്നിരിക്കാത്ത രാത്രിയായിരുന്നു അത്.

നേരം വെളുത്തയുടൻ അവൾ വീട് വിട്ടിറങ്ങി; രത്തനെ തേടി. ഒരു പാട് ചൂരലുകൾ കായാൻ നിരത്തിയിട്ട ചെറിയ നടവഴിക്കിരുപുറവും കുടിലുകളുടെ ധാരാളിത്തമായിരുന്നു. എതിരെ വന്ന സ്ത്രീയോട് രേവതി ചോദിച്ചു.

"രത്തന്റെ വീട്?"

"ദാ, ആ ചന്തക്കെതിരില് കാണുന്ന ചുവന്ന പെയിന്റിട്ട വീട്."

രത്തൻ ഉണർന്നിരുന്നില്ല. പുറത്തേക്ക് വന്ന മെലിഞ്ഞ സ്ത്രീ പകച്ചു.

"ആരാ? എന്താ?"

"എനിക്ക് രത്തനെ ഒന്ന് കാണേണ്ടിയിരുന്നു."

അവൾ രത്തനെ കുലുക്കിയുണർത്തി. അയാൾ കണ്ണുകൾ മിഴിച്ചപ്പോൾ അവൾ രേവതിയെ ചൂണ്ടിക്കാട്ടുകയും ചെയ്തു. രത്തൻ ഉടുമുണ്ട് തപ്പിക്കൊണ്ട് ചാടിയെണീറ്റു.

"അമ്മാ നീങ്കളാ?"

"ഞാനിത് തിരികെ തരാൻ വന്നതാ."

"എന്ത്?"

"താലി."

അവളത് രത്തനുനേരെ നീട്ടി.

"ഇത് വെച്ചോളൂ."

"എനക്ക് വേണ്ടമ്മാ. വേണ്ട."

അവൻ ഭീതിയോടെ അകത്തൊളിച്ചു. അവൾക്ക് മുന്നിൽ ആ കതകുകൾ അടഞ്ഞു. രേവതിയിൽ ഒരു മന്ദഹാസമുണ്ടായി. സൂര്യകിരണങ്ങൾ വീണ് പതിന്മടങ്ങ് പൊള്ളിയ ആ ചിരിയോടെ അവൾ മുന്നിൽ കണ്ട വഴിയിലൂടെ നടന്നു നടന്നുപോയി, ഒറ്റയ്ക്ക്.

മാറാട്ടം

ഒന്ന്

സരയുവിനെക്കുറിച്ചോർക്കുമ്പോഴെല്ലാം നഖക്ഷതങ്ങൾ വീണുകലങ്ങിയ കവിളുകളും ജ്വാല ഒളിപ്പിച്ച കണ്ണുകളുമാണ് കാവേരി ഓർക്കുക. ഒരിക്കൽ, തന്റെ മറുജന്മമെന്ന് കാവേരി വിശ്വസിച്ച സരയുവിന് നല്ലെണ്ണ വീണു തഴച്ച കനത്ത മുടിയും കറുത്ത കണ്ണിമകളുമുണ്ടായിരുന്നു. അവളിലേക്കുള്ള വാതിലുകളെല്ലാം അക്ഷന്തവ്യമായും കാമമാണെന്ന് കാവേരിക്കുറപ്പുണ്ടായിരുന്നു. കാമമറിഞ്ഞ പെണ്ണ്. വ്ളാത്തിക്കുളമെന്ന ഗ്രാമത്തിൽ ഉണക്കാൻ വിരിച്ച ചുവന്ന മുളകുകൾക്ക് മുകളിൽക്കിടന്ന് അവളറിഞ്ഞ റെഡ്ഡ്യാന്മാരുടെ വിരലുകളുടെയും പല്ലുകളുടെയും കാമം. കാവേരി നടുങ്ങുന്നു. എന്നിട്ടും കാവേരിക്ക് ഏറക്കുറെ ദുരൂഹമായിരുന്നു സരയുവിന്റെ ഭൂതകാലം.

സരയുവാകട്ടെ വർത്തമാനത്തിൽ മാത്രം നിലയുറപ്പിച്ചുകൊണ്ട് കാവേരിയെ നിയന്ത്രിച്ചു. വലിയ പൂവരശിനു ചുവട്ടിലെ ഒറ്റമുറിയിൽ സരയുവിനൊപ്പം കഴിയുമ്പോൾ ഒരിക്കൽപ്പോലും കാവേരി സ്വസ്ഥതയറിഞ്ഞില്ല. എന്തിനാണ് താനവളെ ഭയക്കുന്നത്? എവിടെയും അശാന്തിയുടെ വിരലുകൾ പായിച്ച് സരയു, കാവേരിയെ നിലയ്ക്കുനിർത്തി. ഒരുപിടി ഭസ്മം വാരിയെറിഞ്ഞ് അവളുടെ ബോധാബോധങ്ങളെ മയക്കി. കുട്ടിക്കാലം മറന്ന ഒരുവളായി കാവേരി രൂപാന്തരപ്പെട്ടു. പാശങ്ങളെല്ലാം അറുത്തെറിഞ്ഞ് സരയു എന്ന കേന്ദ്രബിന്ദുവിലേക്ക് അവൾ ചുരുങ്ങി.

പൊട്ടിവീണ വെളിച്ചത്തിലേക്ക് സരയുവിന്റെ കൈപിടിച്ച് ചെറിയ കുട്ടിയെപ്പോലെ കാവേരിയിറങ്ങി. അതൊക്കെ കണ്ട കാവേരിയുടെ അമ്മ നെഞ്ചത്തലച്ചു.

എന്റെ കുട്ടിയെ വശീകരിച്ചതാ അവള്.

'ഓം അവിഘ്നമസ്തു' എന്ന് തലപ്പത്തെഴുതിയ കുറിപ്പടിയിൽ

നാണ്വാശാൻ വ്യക്തമായെഴുതി: തിലഹോമം. ഇതൊക്കെയായിരുന്നു തുടക്കം. സരയു, കാവേരി എന്നീ ഗവേഷണ വിദ്യാർത്ഥിനികൾ ഒരു പാട് പഴക്കമുണ്ടെന്നു കരുതാവുന്ന ഒരു പഴയ ഹോസ്റ്റലിന്റെ താഴത്തെ മുറികളിലൊന്നിൽ ഒരുമിച്ചു താമസിച്ചു. കാവേരി പൊതുവേ മൗനിയായിരുന്നു. സരയു സംസാരപ്രിയയും. കാവേരി പൂരിപ്പിക്കാതെ വിട്ട കളങ്ങളെല്ലാം സരയു പൂരിപ്പിച്ചു. പക്ഷേ, എന്തായിരുന്നു കാവേരിയുടെ മൗനത്തിന്റെ അർത്ഥങ്ങൾ? എന്തായിരുന്നു കാവേരിയുടെ മനസ്സ്? എന്തായിരുന്നു കാവേരിയുടെ വേദന? അത് ഗംഗൻ പോലുമറിഞ്ഞില്ലല്ലോ.

കാവേരിക്കും സരയുവിനുമിടയിൽ ആദ്യമുണ്ടായ കലഹം ഗംഗൻ എന്ന സഹപാഠിയെച്ചൊല്ലിയായിരുന്നു. ലക്ചർ നോട്ട്സ് എടുക്കുന്നതിനിടയിൽ എപ്പോഴോ കാവേരി തന്റെ സഹഗവേഷണ വിദ്യാർത്ഥി ഗംഗനൊപ്പം കുന്നിൻമുകളിലെ കോട്ടയിലേക്ക് ഒളിച്ചോടിയതായിരുന്നു, ഒരു പകൽ മുഴുവൻ. അത് ഏറക്കുറെ കാവേരിയുടെ ഒരു പ്രതികാരമായിരുന്നു; സരയുവിനോട്. വൈകുംതോറും സരയുവിൽ തീ പിടിക്കുന്നത് അവൾ ഭാവനയിൽ കണ്ടു. അതുകൊണ്ടാവാം ആ യാത്ര അവൾ വല്ലാതെ ആസ്വദിച്ചു. ഗംഗൻ നീട്ടിയ കൈത്തണ്ടയിൽ പിടിച്ചവൾ കുന്നിന്റെ ചെരിവുകൾ കയറി.

“നമുക്ക് പോവാം.”

ഗംഗൻ ഇടയ്ക്കിടെ ഓർമ്മിപ്പിച്ചു.

“എനിക്ക് ഈ കോട്ട മുഴുവൻ കാണണം.”

കാവേരി വാശിപിടിച്ചു.

ഭീമാകാരമായ കോട്ടയുടെ വാതില്ക്കൽ നിന്നപ്പോൾ ആകാശം അവളുടെ മനസ്സിലേക്ക് ഇടിഞ്ഞിറങ്ങി.

“പോരേണ്ടിയിരുന്നില്ല.”

ഗംഗൻ ആവർത്തിച്ചു.

അതൊന്നും ശ്രദ്ധിക്കാതെ കാവേരി കോട്ടയിലേക്ക് കടന്നു. കോട്ട നിറയെ ഇരുളായിരുന്നു. ആ ഇരുളിൽ ഗംഗൻ മൗനിയായി കുറെദൂരം അവൾക്കൊപ്പം നടന്നു. മൗനത്തിന്റെ അർത്ഥങ്ങൾ പ്രതിദ്ധ്വനിച്ച കോട്ടയിൽ താനൊറ്റയ്ക്ക് അകപ്പെട്ടുവെന്നവൾക്ക് തോന്നി. ഗംഗനിൽ നിന്നൊന്നും തനിക്ക് കിട്ടാനില്ലെന്നും. പകുതിപോലുമെത്തും മുൻപേ പെട്ടെന്നവൾ ആ യാത്ര മതിയാക്കാൻ തയ്യാറായി.

“നമുക്ക് പോവാം.”

“എന്ത് പറ്റി?”

ഗംഗൻ അത്ഭുതപ്പെട്ടു. പക്ഷേ, അയാൾ എത്തിപ്പിടിക്കും മുൻപേ അവളത് പൂരിപ്പിച്ചു.

“സരയു ഒറ്റയ്ക്കാണ്.”

അയാൾ തിരിഞ്ഞു നോക്കുമ്പോൾ അവൾ ചിരിക്കാൻ ശ്രമിച്ചു.

“എനിക്കറിയാം.”

“എന്ത്?”

ഗംഗൻ വളരെ അടുത്തെത്തി.

"അവളാണ് ഈ കളിയിൽ എന്നെ തോല്പിക്കുന്ന ആദ്യത്തെയും അവസാനത്തെയും വ്യക്തിയെന്ന്. മൂന്നാമത്തെ ആൾ."

ആ വിജനതയിൽ ഒരുപക്ഷേ, അവളുടെ വേദനകൾക്ക് ലഭിച്ചേക്കാവുന്ന ഉമ്മകൾപോലും നിരസിച്ച് അവൾ തനിച്ച് കുന്നുകളിറങ്ങി. ഗംഗൻ കുന്നുകളിലെ വെയിൽത്താഴ്ചകളിലെവിടെയോ ഉരുകിപ്പോയെന്ന് അവൾ വിശ്വസിച്ചു. അയാൾ കാവേരിയുടെ ഒരു കിനാവായിരുന്നു.

ഗവേഷണ വിദ്യാർത്ഥികൾ ഒന്നടങ്കം ഏതോ ഒരു നട്ടുച്ചയ്ക്ക് കുന്നുകൾ കയറി കീഴടക്കാനുദ്ദേശിച്ച ആ കോട്ടയിലേക്കുള്ള കാവേരിയുടെ ഒളിച്ചോട്ടം സരയുവിനെ ചൊടിപ്പിച്ചു. കണ്ണുകളിലെ തീ പടർത്തി മന്ദ്രസ്ഥായിൽ അവൾ കാവേരിയെ ശപിച്ചു.

'നീ വിചാരിക്കുന്നത് ഒരിക്കലും നടക്കാതെ പോകട്ടെ.'

കാവേരി പൊട്ടിത്തെറിച്ചില്ല. ആ ശാപം വിഴുങ്ങി അവൾ നീലകണ്ഠയായി. ഉച്ചയുടെ പടവുകൾ കയറി ഗംഗനൊപ്പം പങ്കിട്ട കോട്ടയുടെ ഉൾത്തളങ്ങൾ അവൾ മെല്ലെ മനസ്സിൽ ഉരുട്ടിക്കളിച്ചു. പിന്നെ, ഒറ്റയ്ക്ക് വേദനയുടെ പടവുകളിറങ്ങി.

കാവേരി അത്ഭുതപ്പെടുന്നു. വേദനയുടെ ഈ ദൂരങ്ങളിലെങ്ങും എന്തേ ഒരു മലയിടിഞ്ഞു വീണില്ല?

രണ്ട്

എന്നിട്ടും ഗവേഷണ വിദ്യാർത്ഥികളുടെ ടൂർ പ്രോഗ്രാമിലേക്ക് പോകുമ്പോൾ ഇരുവരുടെയും ബാഗുകൾ താങ്ങിയത് സരയുവാണ്. അതായിരുന്നു സരയു. ഇരുവരും യാത്രയായോന്ന് ഹോസ്റ്റൽ വാർഡൻ വിളിച്ചു ചോദിക്കുകയും ചെയ്തു. കാവേരിക്ക് സൈഡ് സീറ്റനുവദിച്ചു കൊടുത്തുകൊണ്ട് സരയു ഗംഗനുമായി പതിവുപോലെ ഒരു വാദപ്രതി വാദത്തിലേർപ്പെട്ടു.

കുറേനേരം കാഴ്ച കണ്ടിരുന്ന കാവേരി മയങ്ങിത്തുടങ്ങിയപ്പോൾ സരയു എയർപില്ലോ വീർപ്പിച്ച് അവളുടെ കഴുത്തിനടിയിൽ വെച്ചുകൊടുത്തു. പക്ഷേ, കാവേരിക്ക് ആ യാത്ര ഇരുണ്ട ഒരനുഭവമായിരുന്നു. അവൾ എല്ലാത്തിനെയും വെറുക്കുന്നു. സരയുവിനെയും ഗംഗനെയും എല്ലാം എല്ലാം.

രാത്രി വിശ്രമത്തിന് തെരഞ്ഞെടുത്ത ഗസ്റ്റ്ഹൗസിലും ശരറാന്തലിനു താഴെ കാവേരിയെ ഒറ്റയ്ക്കു വിടാതെ മുറുകെ കെട്ടിപ്പിടിച്ച് സരയു മയങ്ങാൻ കിടന്നു. ആ രാത്രിയിൽ കാവേരി ഗംഗനൊപ്പം ഒളിച്ചോടുമെന്ന് അവൾ ഭയക്കുന്നുണ്ടോ? വിടാതെ പിടികൂടിയ ഭൂതകാലത്തിന്റെ നീരാളി ക്കൈകൾപോലെ. ശരറാന്തൽ അടുത്ത നിമിഷം തകർന്നുവീണ് സരയുവിന്റെ തല പിളർക്കണമെന്ന് കാവേരി ആശിച്ചു. എങ്ങനെയാണ് കാവേരി അവളുടെ വെറുപ്പ് സരയുവിനോട് പ്രകടിപ്പിക്കുക? അതിനവൾക്കൊരു മാർഗ്ഗം കണ്ടെത്തേണ്ടതുണ്ട്. എല്ലാ മാർഗ്ഗങ്ങളും കറുപ്പോ വെളുപ്പോ ആകുന്നു. കള്ളികളിലൊതുങ്ങാത്ത, സമർത്ഥമായ ഒരു മാർഗ്ഗമാണ് കാവേരി അന്വേഷിക്കുന്നത്.

ഏറെ അലച്ചിലുകൾക്കുശേഷം, ഏറ്റവുമൊടുവിൽ അവർ കൂട്ടംകൂടി കടൽ കാണാൻ പോയി. ജീവനുള്ള കടലിനപ്പോൾ ത്രിമാനസ്വഭാവമാ

യിരുന്നു. അങ്ങിങ്ങ് പ്രണയികൾക്ക് അലയാനുള്ള നടപ്പാതകൾ. പരസ്പരം പകരാനുള്ള മരനിഴലുകൾ. എല്ലാ കടൽത്തീരവും പ്രണയികൾക്കുള്ളതാവുന്നു.

സരയു, കടൽപ്പാറയിൽ മലർന്നുകിടന്നു. ചൂട് ജ്വലിച്ചുനിന്ന പാറയിൽ കിടന്നവളുടെ പുറം കുമളിച്ചു. അവളുടെ ഓറഞ്ചു നിറമുള്ള സാരി കടൽക്കാറ്റിൽ പിടഞ്ഞു. അകലെ മരനിരകൾ വിരിച്ച ഇരുൾ കണ്ടുകൊണ്ട് കാവേരി മുന്നോട്ടു നടന്നു. കാവേരിയെ എപ്പോഴോ കണ്ണിൽപ്പെട്ടപ്പോൾ സരയു പിന്നിൽനിന്ന് വിലക്കിയിരുന്നു.

"മതി കാവേരീ. കടൽ നിന്നെ വിഴുങ്ങും." അവളുടെ ശബ്ദമെത്താത്ത ഒരിടത്തേക്കാണ് കാവേരി നടന്നത്. ഞാൻ നിന്നെ വെറുക്കുന്നു. ഈ കടലോളം. ഈ കടലോളം.

പിന്നിൽനിന്ന് സരയു വായുവേഗത്തിൽ കാവേരിക്ക് മുന്നിലെത്തി.

"നിനക്കെന്താ? ഭ്രാന്തായോ?"

"അതേ. നീ ഒപ്പമുള്ളിടത്തോളം എനിക്ക് ഭ്രാന്ത് വരികയും പോവുകയും ചെയ്യും."

"നില്ക്ക് കാവേരി."

സരയു കൈകൾ വിരിച്ചുപിടിച്ചു.

"ദാ, കണ്ടോ കടൽ? നിന്റെ കാൽച്ചുവട്ടിൽക്കിടന്നു പുളയുന്നു. ഇഴജന്തു കണക്കേ."

കടൽനാക്ക് തൊട്ട വിരലുകളിൽ കടൽമണ്ണ് ചിരിച്ചു. പിന്നെ കാത്തു നില്ക്കാതെ, സരയുവിനെ ഉറ്റുനോക്കിക്കൊണ്ട്, ഒരു ചുവന്ന ചിരിയോടെ കാവേരി കടലിലേക്കിറങ്ങിപ്പോയി. ഓരോ തവണ താഴുമ്പോഴും അവൾ ഗൂഢമായി മന്ദഹസിച്ചു.

വിജനമായ ഈ കടൽത്തീരത്ത്, ഉത്തരം കിട്ടാത്ത ഒരു ചോദ്യമായി കാവേരിയിതാ മുങ്ങിപ്പോവുന്നു. കടൽജടകളിൽ കുരുങ്ങി, നിമിഷാർദ്ധം കൊണ്ടടയുന്ന ജന്മച്ചിമിഴിലേക്ക്. കഴിയുമെങ്കിൽ സരയൂ, നീയിതിന്റെ ഉത്തരം കണ്ടെത്തൂ.

"കാവേരീ"

കാവേരി ജലകാമത്തിലേക്കാഴുമ്പോൾ സരയു വെറുതെ ഉൽക്കണ്ഠപ്പെടുകയാണ്.

മൂന്ന്

ചുറ്റിനും കടൽമരങ്ങൾ വേലികെട്ടിനിന്ന, കടൽക്കാറ്റ് വീശുന്ന ഒരു ആശുപത്രിയിൽവെച്ച് ഒടുവിൽ കാവേരി കണ്ണുകൾ തുറന്നു. പഴയ മച്ച്. കറങ്ങിത്തളർന്ന പങ്കകൾ. ക്ഷയരോഗികൾ തിങ്ങിനിറഞ്ഞ ഒരാശുപത്രി. എല്ലാത്തിനും കടൽമണം. മീൻമുട്ടകൾ പെരുകിയ കണ്ണുകളുള്ള ഡോക്ടർ അവളിലേക്ക് കുനിഞ്ഞപ്പോൾ ജലകാമം മണത്തു. ഡോക്ടർ കനിവോടെ ചോദിച്ചു.

"ഇപ്പോഴെങ്ങനെയുണ്ട്?"

"എന്റെ ഗവേഷണവിഷയം മീനുകളും പ്രജനനവുമാണ്."

അവൾ ഒരു നുണ പറഞ്ഞു.

ഡോക്ടർ ചിരിച്ചുകൊണ്ട് പരിശോധന തുടർന്നു.

മീൻതണുപ്പിൽ പുന്നമരങ്ങൾക്കു ചോട്ടിലെ പുഴയിലെ നട്ടുച്ചകളിൽ നീന്താൻ കിടക്കുന്നത് അവളോർത്തു. ഏഴുകാലങ്ങളിൽ മുടിയിഴകൾ ജലത്തിൽ നീന്തും.

ധീ-യ്യം.

ഡോക്ടറുടെ കഴുത്തിൽ പാമ്പിനെപ്പോലെ തളർന്നുകിടന്ന സ്റ്റെതസ്കോപ്പ് അവളുടെ മാറിടത്തിൽ താളംതെറ്റുന്ന ഒരു നെഞ്ചിടിപ്പിനെ അന്വേഷിച്ചു. നെഞ്ചിൽ തകർന്നുകിടക്കുന്ന ഒന്നിനെയും കണ്ടുപിടിക്കാൻ ഒരു സ്റ്റെതസ്കോപ്പിനാവില്ല. കാവേരി പൊട്ടിച്ചിരിച്ചില്ല. പകരം, നീരാളിക്കൈകൾപോലെ തന്നിൽ ചുറ്റിപ്പിണഞ്ഞു കിടന്ന റബർ ട്യൂബുകൾ വലിച്ചിളക്കി സ്വാതന്ത്ര്യം പ്രഖ്യാപിച്ചുകൊണ്ടവൾ മടക്കയാത്രയ്ക്കു തയ്യാറായി. രാത്രി കുറെയൊക്കെ ചെന്നുകഴിഞ്ഞിരുന്നു. ആ രാത്രിയിൽ കാവേരിക്ക് കടലിനെ സ്നേഹിക്കണമെന്നു തോന്നി.

കുട്ടിക്ക് കടൽക്കാറ്റേല്ക്കാൻ പാടില്ല.

ഡോക്ടർ വിധിച്ചു.

എന്നിൽ കടൽസസ്യങ്ങൾ വളർന്നുനില്ക്കുന്നില്ലേ? നീലമീനുകൾ ഓടിക്കളിക്കുന്നില്ലേ?

"നിനക്ക് അസുഖം വരുത്തുന്ന ഒരു കടൽ അടുത്തുണ്ട്."

ഡോക്ടർ ഉപസംഹരിച്ചു.

കടൽ വേദനിക്കില്ല. കടൽ ഒറ്റപ്പെടില്ല.

കാവേരി സംസാരിച്ചു.

"നമുക്ക് പോകാം."

ഒടുവിൽ, ഗംഗൻ പറഞ്ഞു.

"പോകാം."

കാവേരി സമ്മതിച്ചു.

അങ്ങനെ, അവർ തിരിച്ചുപോന്നു. ആരുമാകാതെ ഒന്നുമാകാതെ. പൂവരശിൻ ചുവട്ടിനു താഴെയുള്ള മുറിയിലേക്ക്.

"കാവേരീ, യാത്രയെങ്ങനെയുണ്ടായി?"

വാർഡൻ ചോദിച്ചു.

"അവൾ കടലിൽ ചാടി."

സരയു പറഞ്ഞു.

"കടൽ, ചിപ്പിയും കൂറ്റൻ മരങ്ങളും പർവ്വത താഴ്‌വരകളുംകൊണ്ട് തീർത്തതാണെന്ന് മുത്തച്ഛൻ എന്നോട് പറയുമായിരുന്നു."

കാവേരി പറഞ്ഞു.

"അവൾ ഒരു കുട്ടിക്കഥ തേടിപ്പോയതാണ്."

സരയു പരിഹസിച്ചു.

മുറിയിൽ തിരിച്ചെത്തിയപ്പോൾ സരയു രഹസ്യമായി ചോദിച്ചു.

"കടൽ തൊട്ടപ്പോൾ നിനക്കെന്ത് തോന്നി?"

"പുരുഷൻ തൊടുംപോലെ തോന്നി."

"മരണം തൊടുംപോലെ തോന്നിയില്ലേ നിനക്ക്?"

"അന്യമായതെല്ലാം എനിക്ക് പുരുഷനാണ്."

സരയുവിന് ചോദ്യം മുട്ടി.

പൂവരശിൻ തണുപ്പിൽ കിടന്ന് കാവേരി മെല്ലെ മെല്ലെ മയങ്ങിപ്പോയി. പക്ഷേ, കടൽ റിഥം അവളെ ഇടംവലം പിടികൂടി. ഉയർന്ന്, താണ്, പറന്ന്, പതഞ്ഞ്, തിളച്ച്, ഒടുങ്ങി, പൊട്ടിത്തെറിച്ച്, അമർന്ന്, പരന്നൊഴുകി.... പരന്നൊഴുകി. ശൈവം.

കാവേരി കിതച്ചുകൊണ്ടുണരുക പതിവായി. ഒരു കടൽ അലറിവിളിക്കുന്നു, കാവേരിയിൽ. ഒരു കടൽ പുനർജ്ജനിക്കുന്നു, കാവേരിയിൽ. ഒരു കടൽ ചത്തുകിടക്കുന്നു, കാവേരിയിൽ.

കടലിന് സ്ഫടിക സമാനമായ നീലച്ചുവരുകളുണ്ട്. കാവേരി പറഞ്ഞു. രഹസ്യം നിറഞ്ഞ നീലരാശി. ഗംഗൻ ക്ഷമയോടെ കേട്ടിരുന്നു. അവർ ലൈബ്രറിയിലപ്പോൾ തനിച്ചായിരുന്നു. ആ നട്ടുച്ചയിൽ കോട്ടയിലേക്ക് പോകാമെന്ന് കാവേരി പറഞ്ഞില്ല. ആരുമില്ലാത്ത അതിന്റെ ഉൾത്ത

ളങ്ങളിൽവെച്ച് തന്നിൽ നീലനിറമുള്ള പ്രണയത്തെ വരഞ്ഞിടാൻ അവൾ അഭ്യർത്ഥിച്ചില്ല. തനിച്ചാവുന്ന അത്തരം പ്രണയനേരങ്ങളെ അവൾ വളരെ വേഗം തിരിച്ചറിയുന്നുണ്ട്, ഇപ്പോൾ. വായിലൂടെയും മൂക്കിലൂടെയും തിക്കി മുട്ടിക്കയറുന്ന കടൽജലം. ചുണ്ടുകളിൽ കൊത്തുന്ന, കണ്ണുകളിൽ ആകാശത്തെ നിറച്ച, പരൽമീനുകൾ.

അവളുടെ നിറഞ്ഞ കണ്ണുകളിലെ ഇളകുന്ന കടൽക്കൂറകൾ കണ്ട് ഗംഗൻ ഭയന്നു.

കാവേരീ.

അയാളവളെ കുലുക്കിയുണർത്തി.

"നീ എവിടെയാണ്?"

അപ്പോൾ സരയു അങ്ങേക്കോണിക്കലെ വാതില്ക്കലൊന്നിൽ പ്രത്യക്ഷപ്പെടുന്നത് കാവേരി കണ്ടു. കടുത്ത നീലസാരി ചുറ്റി. അവൾക്കപ്പോൾ ത്രിമാനസ്വഭാവമായിരുന്നു. ഇളംനീല. വികസ്വരമായ നീല. കടുത്ത നീല.

കണ്ണുകളിൽ ആകാശത്തെ വരഞ്ഞിട്ട ഒരു നീലക്കടൽ.

കാവേരി മൂർച്ഛിച്ചു.

നാല്

"എനിക്ക് മുറി മാറണം."

മുന്നറിയിപ്പുകളൊന്നുമില്ലാതെ കാവേരി ഹോസ്റ്റൽ വാർഡനു മുന്നിലേക്ക് ചെന്നു.

"എനിക്ക് സരയുവിനൊപ്പം ഒരു മുറിയിൽ കഴിയാനാവില്ല."

കഥാസരിത് സാഗരവും പിടിച്ചുനില്ക്കുന്ന ആ ഗവേഷണ വിദ്യാർത്ഥിനിയെ ഹോസ്റ്റൽ വാർഡൻ ഇമയനക്കാതെ നോക്കി.

"രണ്ടാളും പിന്നെയും പിണങ്ങിയോ?"

അവർ മുഖമുയർത്താതെ എഴുതുകയായിരുന്നു അപ്പോൾ.

"ഇതെത്രാമത്തെ തവണയാ കാവേരീ?"

"മാഡത്തിന് എന്നെ മനസ്സിലാവുന്നില്ല."

കാവേരി നിരാശപ്പെട്ടു.

"എന്റെ ഭൂതത്തെയും ഭാവിയെയും നിരാകരിച്ച്, എന്റെ വർത്തമാനത്തിൽ കളങ്ങൾ വരഞ്ഞ്, ആണിയടിച്ച് തറച്ചിരിക്കയാണവൾ. ഞാൻ പറയുന്നതെല്ലാം അവളുടെ വാക്കുകളായി അവൾ മറ്റുള്ളവരോട് പറയുന്നു. എന്നെ നിശ്ശബ്ദയാക്കി. എന്നെ മഹാമൗനയാക്കി."

"നിർത്ത്, നിർത്ത്."

വാർഡൻ ഇടപെട്ടു.

"എനിക്കൊന്നും മനസ്സിലാവുന്നില്ലല്ലോ."

"അതേ. അതുതന്നെയാണ് തകരാറ്."

"തനിക്ക് സുഖമില്ലേ?"

വാർഡൻ എഴുന്നേറ്റു.

"നൈനാനെ വിളിപ്പിക്കണോ?"

"എന്തിന്? അയാൾക്കെന്റെ ഭൂതവും ഭാവിയും തരാൻ കഴിയുമോ?"

"എന്റെ വർത്തമാനത്തിന്റെ കളങ്ങളിലെ മന്ത്രാക്ഷരങ്ങളെ മറികടക്കാൻ കഴിയുമോ?"

കാവേരിയുടെ കണ്ണുകൾ നിറഞ്ഞു.

"അവൾക്ക് ഭ്രാന്താണ്."

സപ്പോട്ട മരങ്ങളുടെ കട്ടികൂടിയ നിഴൽച്ചോട്ടിൽ മുടിയഴിച്ചു വിരിച്ചുനിന്ന് സരയു ചിരിയടക്കാൻ പാടുപെട്ടു. "അവൾ ഉണർന്നിരിക്കുമ്പോൾ കിനാവുകൾ കാണാറുണ്ട്. അവളെക്കൂടാതെ മറ്റാരോ അവളിൽ താമസമുണ്ട്. ഒരു ബാധ."

"ബാധയോ?"

ഹോസ്റ്റൽവാർഡൻ ഉച്ചത്തിൽ ചിരിച്ചു.

ഒരു നീറ്റലോടെ കാവേരി തിരികെ പോന്നു. പൂവരശിൻചോട്ടിലേക്ക്. എന്നാണ് ഈ മഹാമരം ഈ മുറിക്ക് മുകളിലേക്ക് വീഴുക? മരണത്തിന്റെ സാന്നിദ്ധ്യമോർത്ത് കാവേരി ഊറിച്ചിരിച്ചു. മരച്ചില്ലകൾ താഴ്ന്ന് കനിഞ്ഞ് മുറിക്കുള്ളിലേക്ക് നിഴൽവീശിയിരുന്നു. തണുത്ത്. ഒരു മഹാമൗനത്തിന്റെ വിരൽതൊട്ട്.

ഫോസിലുകളും ലിറ്റ്മസ് മണവുമുള്ള ഒരു വരണ്ട പുസ്തകം നെഞ്ചത്ത് കമിഴ്ത്തി സരയു കാവേരിയെ കാത്തുകിടന്നു, മരച്ചില്ലകൾ താഴ്ന്നുകിടന്ന തണുത്ത തിണ്ണയിൽ.

നീ എന്നിൽനിന്ന് അങ്ങനെയൊന്നും രക്ഷപ്പെടാൻ പോകുന്നില്ല മോളെ.

സരയു എഴുന്നേറ്റിരുന്നു. നല്ലെണ്ണ വീണു തെഴുത്ത കറുത്തു കനത്ത മുടിനാരുകൾ ചിതറിവിടർന്നു. സിന്ദൂരം ജ്വലിച്ചു.

"നിനക്ക് അസൂയയാണ്."

കാവേരി പിന്തിരിഞ്ഞു.

"നില്ക്കെടി."

സരയു കാവേരിയുടെ മുടിക്കെട്ടിൽ പിടിച്ചു.

"പറയൂ, എന്തിന്? എന്തിനാണെനിക്ക് അസൂയ?"

"ഞാൻ ഗംഗനെ പ്രണയിക്കുന്നോ എന്ന് നീ സംശയിക്കുന്നു."

സരയു പൊട്ടിച്ചിരിച്ചു.

"അത് നിന്നെ പ്രതികാരദാഹിയാക്കിയിരിക്കുന്നു."

"അതേ. നിന്റെ നിഗമനങ്ങളൊന്നും ഞാൻ നിഷേധിക്കുന്നില്ല. എന്നെ മറികടന്ന് പലപ്പോഴും അയാൾ നിന്നിലേക്കെത്തുന്നുണ്ട്. എനിക്കിപ്പോൾ അപമാനം തോന്നാറുണ്ട്. എന്നെ ആരുമല്ലാതാക്കി, ഒന്നുമല്ലാതാക്കി. അതൊരു സ്ത്രീയും സഹിക്കില്ല. പൊറുക്കില്ല."

"യുദ്ധം എപ്പോഴും അന്തസ്സുള്ളതായിരിക്കണം സരയൂ. നീ എന്നെയാണ് അനുകരിക്കുന്നത്. എന്റെ വാക്കുകളാണ് ആവർത്തിക്കുന്നത്. നിനക്ക് നിന്റേതായി ഒന്നുമില്ലേ?"

"നീയാണെന്റെ ശത്രു. നിനക്ക് ഞാൻ ഭാഷയില്ലാതാക്കും. എന്നിലെ സ്ത്രീത്വത്തെ വെല്ലുവിളിക്കുന്ന നീ. ഞാൻ ചെറുതെന്ന് മൗനമായി

എന്നെ തെര്യപ്പെടുത്തുന്ന നീ. നിന്നെ ഞാൻ മഹാമൗനമാക്കും. നീ എന്തെന്നും ആരെന്നും മറ്റുള്ളവർ ഒരിക്കലുമറിയില്ല. നീ ഞാനാണ്. ഞാൻ മാത്രമേയുള്ളൂ. നീയില്ല. നിന്നെ ഞാൻ തളയ്ക്കും. ഈ നെഞ്ചിൽ. ചെറുക്കാമെങ്കിൽ ചെറുത്തോളൂ കാവേരീ.”

അവളുടെ പ്രതിജ്ഞയിൽ ഉച്ചവെയിൽ ചിതറി കഷണങ്ങളാവുന്നത് കാവേരി കണ്ടു. ഒരു കാറ്റ് മുടന്തി വീഴുന്നതും പൂവരശിന്റെ ഒരു കൈ പൂക്കൾ തിണ്ണയിലേക്ക് മരിച്ചുവീഴുന്നതും.

അഞ്ച്

അങ്ങനെയാണ് ഒരിക്കൽക്കൂടി ഗംഗനിൽ ചേക്കേറാൻ കാവേരി തീരുമാനിച്ചത്. അതിനവൾ തെരഞ്ഞെടുത്തത് വിജനമായ കോട്ട തന്നെയായിരുന്നു. പ്രൊഫസർ ജോൺസന്റെ ലക്ചർ ക്ലാസെന്ന ഒരു നുണ പറഞ്ഞ് ഒളിച്ചോടുമ്പോൾ സരയു ഒരിക്കലുമത് വിശ്വസിക്കില്ലെന്ന് കാവേരിക്കുറപ്പായിരുന്നു.

ഒട്ടുകഴിഞ്ഞ് അവൾ തന്നെ പിന്തുടരുകതന്നെ ചെയ്യും. റിസർച്ച് ബ്ലോക്കിന്റെ വിജനതയിൽ. അമർത്തിയടച്ച ലാബിന്റെ ഭാരിച്ച വാതിലിനു മുന്നിൽ. റിസർച്ച് ബ്ലോക്കിൽനിന്ന് ചാടാനും മാത്രം വിഡ്ഢിയായിരിക്കില്ല സരയു. കാരണം, റിസർച്ച് ബ്ലോക്ക് ഒരിക്കലും നിങ്ങൾക്കൊരു മരണം ഉറപ്പാക്കുന്നില്ല.

പിന്നീടവൾ ഗംഗന്റെ ഹോസ്റ്റലിലെത്തും. തങ്ങളെ തിരഞ്ഞ് പിന്നീടവൾ കോട്ടയിലേക്ക് തിരിക്കും. അപ്പോഴേക്കും ഒരു പകൽ അവസാനിക്കാൻ തുടങ്ങിയിരിക്കും. ഇനിയൊരിക്കലും തിരിച്ചുവരാനിടയില്ലാത്ത ഒരു വഴിയായി മാറിയിരിക്കും ഗംഗനപ്പോൾ കാവേരിക്ക്. ഗംഗനുമാത്രം വെളിപ്പെട്ട കടലായി, സരയുവിനുമേൽ വിജയം ആഘോഷിച്ചുകൊണ്ട് കാവേരി കുന്നുകളിറങ്ങിപ്പോരും.

കോട്ടയുടെ തണുത്ത നിലത്ത് കിടക്കുമ്പോൾ കാവേരി ചോദിച്ചു.

"നട്ടുച്ചകളിൽ പാമ്പുകൾ മാറാടാറുണ്ടോ?"

"ഉണ്ടാവാം."

കിനാവ് വീണുപൊട്ടിയ കോട്ടയുടെ അകത്തളങ്ങൾക്ക് തണുപ്പായിരുന്നു.

"സരയു നമ്മേ അന്വേഷിച്ചു വരുന്നുണ്ടാവും. ഇല്ലേ?" ഗംഗൻ മിണ്ടി

യില്ല. എപ്പോഴെങ്കിലുമൊക്കെ കാവേരിക്ക് ഈ വഴി മടങ്ങിവരേണ്ടി വരില്ലേ? ശരീരത്തിന്റെ ഈ വഴിയിൽ?

"എനിക്ക് കുറ്റബോധം തോന്നുന്നു."

ഗംഗൻ കാവേരിയെ ഉപേക്ഷിച്ച് എഴുന്നേറ്റ് അയാളുടെ സ്റ്റോൺവാഷ് ഷർട്ട് തെരഞ്ഞു.

"എനിക്കിതൊന്നും വിശ്വസിക്കാൻ കഴിയുന്നില്ല."

അയാൾ അക്ഷമനായിരുന്നു.

"ഏതൊന്നും?"

"നിനക്കെങ്ങനെ ഇതിനൊക്കെ കഴിഞ്ഞു?"

ഗംഗൻ വെറുപ്പോടെ കാവേരിയെ ഉറ്റുനോക്കി.

"ഞങ്ങൾക്കിടയിൽ നിഴലായി നടന്ന നീ, ഞങ്ങളെക്കുറിച്ചെല്ലാമറിയുന്ന നീ."

"എല്ലാം പറയൂ."

കാവേരി നിർന്നിമേഷയായി നിന്നു.

"തുറന്ന ആകാശത്തിനു ചോട്ടിൽ, ഒരു പെൺകുട്ടിയുടെ നിശ്വാസമേറ്റു കിടക്കുമ്പോൾ ഒരു പുരുഷൻ എങ്ങനെ പെരുമാറുമെന്നും പെരുമാറണമെന്നും നീ കരുതുന്നു?"

"എനിക്ക് മുൻവിധികളില്ല ഗംഗൻ. മുൻവിധികളിൽ പിടിച്ചുനീന്തുന്ന നിങ്ങളാണ് മുങ്ങുന്നത്. എന്റെ ശരീരത്തെ ഞാനിപ്പോൾ കൂടുതൽ സ്നേഹിക്കുന്നു; നിങ്ങളെയും."

"യക്ഷി!"

ഗംഗൻ പല്ലുകൾ ഞെരിച്ചു.

"എനിക്ക് ഏറ്റവും വലിയ തോല്വി സമ്മതിച്ചിരിക്കുന്നു നിങ്ങൾ."

കാവേരി പുച്ഛത്തോടെ മുഖം തിരിച്ചു.

താഴ്വാരങ്ങളിലെ ഭ്രാന്തൻപൂക്കൾ വകഞ്ഞ്, കമ്യൂണിസ്റ്റ് പച്ചകൾ വകഞ്ഞ് സരയു കുന്നുകൾ കയറാൻ തുടങ്ങിയിരുന്ന ആ നേരത്ത് കോട്ടയുടെ കൂറ്റൻ ചതുരത്തിലിരുന്ന് കാവേരി കടൽ കണ്ടു.

സരയുവിന്റെ അന്ത്യയാത്രയായിരുന്നു അത്. കാവേരിയുടെ രണ്ടാമത്തേതും. ഗംഗന്റേ?....

കോട്ടയുടെ ഉള്ളിലേക്ക് വിയർപ്പുണങ്ങിയ മുഖവുമായി സരയു മെല്ലെ കടന്നുവന്നു.

"നീ പറഞ്ഞ നുണ ഞാൻ വിശ്വസിച്ചുവെന്ന് നീ കരുതിയോ?"

അവൾ വിചാരണ ആരംഭിക്കുന്നു. കാവേരി കരുതി.

"ഒരിക്കലുമില്ല."

കാവേരി സരയുവിനെ ഉറ്റുനോക്കി.

"നീ വരുമെന്ന് എനിക്കറിയാമായിരുന്നു."

സരയു പൊട്ടിച്ചിരിച്ചു. ചുവന്ന് തിണർത്ത മുഖക്കുരുകൾക്കും വടുക്കെട്ടിയ നഖക്ഷതങ്ങൾക്കുമിടയിൽ അവളുടെ കവിളുകളിൽ സൂര്യപ്ര

ണയം വീണ് പൊള്ളിയ കറുത്ത പാടുകളുമുണ്ടായിരുന്നു. 'കുന്തി.' കാവേരി മനസ്സിൽ വിളിച്ചു.

"ഞാൻ രാവിലെ പോകും."

കാവേരി പറഞ്ഞു.

"എനിക്കിനി ഇവിടെ പ്രത്യേകിച്ച് കാര്യമൊന്നുമില്ല."

"നിനക്കൊപ്പം ഞാനും വരും."

സരയു പറഞ്ഞു.

"എവിടേക്ക്?"

"എവിടേക്കും."

"നീയിനി എവിടേക്ക് പോവാൻ? നിന്റെ യാത്ര ഇവിടെ അവസാനിച്ചില്ലേ, സരയൂ?"

"എവിടെ?"

"ഗംഗന്റെ മനസ്സിൽ."

ഗംഗന്റെ കണ്ണുകൾ കലങ്ങിയിരുന്നു. കടൽജലംപോലെ ഓരു പിടിച്ച്.

"നീയോ?"

സരയു ചോദിച്ചു.

"നീയിനിയും അവസാനിക്കുന്നില്ലല്ലോ കാവേരീ."

"ഇനിയും ഒഴുകാനാണ് എന്റെ ജന്മം."

"എന്തിനിയും ഒഴുകണം? നിന്നെ ഞാനതിന് അനുവദിക്കില്ല."

"തമാശയാണോ?"

കാവേരി ആദ്യമായി പൊട്ടിച്ചിരിച്ചു.

"അല്ല. സത്യം എന്റെ മനസ്സിനുമേൽ അധീശത്വം സ്ഥാപിച്ച്, എന്നെ തോല്പിച്ച് നിനക്കതിന് കഴിയില്ല കാവേരീ."

"നീ ആരാണെന്നാണ് നീ കരുതുന്നത്?"

കാവേരി പരിഹസിച്ചു.

"ഞാൻ നിന്റെ മറുജന്മം. പരസ്പരം പകവളർത്തി. കൈവഴികൾ അനുവദിക്കാതെ നാമിനിയും ഒടുവിലൊഴുകും. ഒടുവിൽ നാമൊരുമിച്ച് അന്തർദ്ധാനം ചെയ്യും; ഗംഗന്റെ നെഞ്ചിൽ, മനസ്സിൽ."

കാവേരിക്ക് ചിരിച്ചു ചിരിച്ച് ശ്വാസംമുട്ടി.

"പ്രണയം നിഷേധിച്ച ഒരു നെഞ്ചിൽ. ഒരിക്കൽപ്പോലും ഒപ്പം നടത്താത്ത ഒരു പ്രണയത്തിൽ. എന്നും കല്പിതദൂരം അളന്നുനിർത്തിയ ഒരു ബന്ധത്തിൽ. എന്നിലെ സ്വാഭാവികമായതെല്ലാം നിഷേധിച്ച ഒരു പുരുഷനിൽ. നിന്നിലൂടെ എന്നെ തോല്പിച്ച ഒരു മനസ്സിന്റെ കാപട്യത്തിൽ. മരണം വരെ എരിയുന്ന തീയായി എന്റെ ശരീരത്തെ ഞാൻ തിരിച്ചറിഞ്ഞുകൊണ്ടിരിക്കുമ്പോൾ സരയൂ, ഒരിക്കലുമതുണ്ടാവില്ല. നിനക്കതറിയില്ലെന്ന് ഞാൻ കരുതണോ?"

"വേണമെന്നില്ല. പക്ഷേ, നിന്നെക്കാൾ മറ്റൊരാളെ നെഞ്ചിലേറ്റാനും സ്നേഹിക്കാനുമുള്ള മറ്റൊരാളിന്റെ സ്വാതന്ത്ര്യത്തെ നാം അനുവദി

ക്കണം."

ആശയവും സ്വാതന്ത്ര്യവും ഏറെ വ്യവഹരിക്കപ്പെടുന്ന ബന്ധങ്ങളിൽ എവിടെയാണ് മനസ്സിനുള്ള സ്ഥാനം?

"അപര്യാപ്തമായ ബന്ധങ്ങൾ തോല്‌വികളാണ് കാവേരീ."

ഉറകൾ ഊരിയെറിഞ്ഞ് അവരിരുവരും വീണ്ടും വെയിൽത്താഴ്ചകളിലൂടെ കുന്നുകളിറങ്ങി.

കാവേരി, സരയു എന്നീ ഗവേഷണ വിദ്യാർത്ഥിനികൾ.

9 789388 485036

Printed by Libri Plureos GmbH in Hamburg,
Germany